शिवचरित्रापासून
आम्ही काय शिकावे?

डॉ. जयसिंगराव भाऊसाहेब पवार

मेहता पब्लिशिंग हाऊस

✆ +91 020-24476924 / 24460313

Email : info@mehtapublishinghouse.com
production@mehtapublishinghouse.com
sales@mehtapublishinghouse.com

Website : www.mehtapublishinghouse.com

- *या पुस्तकातील मते, घटना, वर्णने ही त्या लेखकाची असून, त्याच्याशी प्रकाशक सहमत असतीलच असे नाही.*

SHIVCHARITRAPASUN AAMHI KAY SHIKAVE
by DR. JAYSINGRAO PAWAR

शिवचरित्रापासून आम्ही काय शिकावे? / संशोधनात्मक

© डॉ. जयसिंगराव भाऊसाहेब पवार

'शिवतेज' १०८, साने गुरुजी वसाहत, राधानगरी रोड,
कोल्हापूर - ४१६०१२. ✆ (०२३१) २३२२६४२

प्रकाशक : सुनील अनिल मेहता, मेहता पब्लिशिंग हाऊस,
१९४१ सदाशिव पेठ, माडीवाले कॉलनी, पुणे - ३०

मुखपृष्ठ : चंद्रमोहन कुलकर्णी

प्रकाशनकाल: २४ एप्रिल, २००५ / डिसेंबर, २००७ /
मेहता पब्लिशिंग हाऊस यांची सुधारित तृतीयावृत्ती : मार्च, २०१८

P Book ISBN 9789387789197
E Book ISBN 9789387789203
E Books available on : play.google.com/store/books
www.amazon.in

शिवाजी विद्यापीठाच्या
मराठा इतिहास संशोधन विभागातील
माझे ज्येष्ठ सहकारी...
पोर्तुगीज भाषा व मराठा इतिहास
यांचे गाढे संशोधक...
आणि
मराठीचे गोव्यातील ख्यातनाम साहित्यिक...
कै. स. शं. देसाई यांच्या
स्मृतीस...

लेखकाचे निवेदन

गेल्या ३५-४० वर्षांत मराठ्यांच्या इतिहासावर, विशेषत: शिवछत्रपतींच्या कामगिरीवर मी अनेक लेख प्रसंगविशेषी लिहिले. त्यापैकी काही लेखांचा हा छोटासा संग्रह इतिहासप्रेमी वाचकांच्या हाती देत असता मला आनंद होतो आहे.

लेखांच्या विषयांचे स्वरूप संकीर्ण आहे. उदा. शिवाजी महाराजांची हिंदवी स्वराज्याची संकल्पना, त्यांचे धर्मनिरपेक्ष धोरण, त्यांचे रयत-कल्याणकारी प्रशासन, त्यांचा राज्याभिषेक व त्याचा अन्वयार्थ, मुंबईकर इंग्रजांशी उद्भवलेला संघर्ष, सुरत लुटीच्या वेळी त्यांच्यावर झालेला खुनी हल्ला, असे शिवचरित्रातील विविध विषयांना स्पर्श करणारे हे लेख आहेत.

दोन-तीन लेखांविषयी थोडे सांगावयास हवे. शिवचरित्रापासून आम्ही काय शिकावे, हा लेख कारगिलचे युद्ध व त्यानंतर गुजरातेत झालेल्या हिंदू-मुस्लिम दंगली या पार्श्वभूमीवर लिहिलेला आहे. विविध जातिधर्मांनी मिळून बनलेल्या आपल्या भारतीय समाजास एक राष्ट्र म्हणून अस्तित्व टिकवाचे असेल तर शिवछत्रपतींनी तीनशे वर्षांपूर्वी घालून दिलेल्या हिंदवी स्वराज्याच्या मार्गाशिवाय अन्य पर्याय नाही, हे सांगण्याचा या लेखाचा मुख्य उद्देश आहे.

दुसरा नोंद करण्यासारखा लेख आहे, शिवछत्रपतींचा सरसेनापती हंबीरराव मोहिते याच्या कामगिरीवर. हंबीरराव हा मोठा पराक्रमी सेनापती; पण शिवकालातील अनेक कर्तबगार व्यक्तींप्रमाणे हाही उपेक्षित राहिला आहे. प्रस्तुत संग्रहातील हंबीररावावरील लेख म्हणजे त्याचे एक छोटेखानी चरित्रच आहे. आमचे मित्र शिवचरित्रकार श्री. विजयराव देशमुख यांच्या अभिनंदन ग्रंथासाठी तो लिहिलेला होता. येथे त्याचे पुनर्मुद्रण होत आहे.

"इतिहास आणि ललित साहित्य हा शेवटचा लेख आमचे दुसरे मित्र डॉ. वसंतराव मोरे यांच्या 'छत्रपती शिवाजी की साहित्य प्रतिमा : कितनी सही? कितनी प्रेरक?' या ग्रंथासाठी लिहिलेली प्रस्तावना आहे. त्यामध्ये इतिहास व त्यावर आधारित ऐतिहासिक ललित साहित्य यांच्या अन्योन्य संबंधांची चर्चा केली आहे. ती ऐतिहासिक साहित्यप्रेमींना उद्‍बोधक ठरेल, अशी आशा आहे.

– जयसिंगराव पवार,

कोल्हापूर

अनुक्रमणिका

शिवचरित्रापासून आम्ही काय शिकावे?

रानटी अवस्था पार करून मानवसमूहांनी समाजाची निर्मिती केली, तेव्हापासून समाज सारखा बदलत आहे. पूर्वी, म्हणजे १८/१९व्या शतकापर्यंत या बदलाची गती संथ होती. पुढे आधुनिक युगाच्या प्रारंभापासून ही गती वाढत गेली. इतकी की आज आपण २१व्या शतकात प्रवेश केलेला असता या बदलाच्या गतीकडे पाहून मानवच स्तिमित होऊन जावा, अशी परिस्थिती आहे.

या विचाराच्या पार्श्वभूमीवर पाहिले तर असे दिसून येईल की, छत्रपती शिवाजी महाराजांच्या काळचा भारतीय समाज आज राहिलेला नाही. एवढेच नव्हे तर गांधी-नेहरूंच्या काळचा समाजही आज राहिलेला नाही. आणि मग असे असेल तर पूर्वीच्या काळी होऊन गेलेल्या महापुरुषांच्या चरित्रांचा आज काय उपयोग, असा एक सहजच प्रश्न मनात येऊन जातो. हे खरे की शिवकालातील राजकीय प्रश्न काय अथवा सामाजिक प्रश्न काय आज राहिलेले नाहीत. शिवकालातील किल्ले अस्तित्वात आहेत; पण त्यांचे लष्करी महत्त्व इतिहासजमा झालेले आहे. असेच शिवचरित्राचे नाही काय? आज कुठं आहे आदिलशाही? कुठं आहेत मोगल? हे सारेच जर इतिहासजमा झाले असतील तर शिवचरित्राच्या अभ्यासाचा आजच्या घडीला आणि आजच्या पिढीला काय फायदा?

वरवर पाहता या प्रश्नांमध्ये तथ्य वाटले तरी ते खरे नाही. इतिहासातील घटनांची अथवा व्यक्तींची पुनरावृत्ती होत नाही, हे तर

उघडच आहे. पुन्हा शिवाजी महाराज होणार नाहीत, तसेच पुन्हा तशा लढायाही होणार नाहीत; पण आपण पाहिले आहे की, गेल्या शतकात पृथ्वीतलावर शिवाजी महाराजांनी केलेल्या स्वातंत्र्याच्या लढ्यासारखे अनेक लढे झाले. या लढ्यांत पूर्वी अनेक मराठ्यांनी जसे आत्मबलिदान केले तसे अनेक स्वातंत्र्यवीरांनी स्वातंत्र्यासाठी आत्मबलिदान केले. याचा अर्थ असा की, पूर्वीचे राजकारण बदलले, रणनीती बदलली; पण त्यांच्या बुडाशी असणाऱ्या मानवी प्रवृत्ती बदललेल्या नाहीत. ज्या नैसर्गिक प्रेरणेने महाराजांनी स्वराज्य निर्माण केले ती स्वातंत्र्याची प्रेरणा आजही अनेक मानवी समूहांत अस्तित्वात आहे. आणि त्याचबरोबर दुसऱ्याचे स्वातंत्र्य हिरावून घेऊन त्यावर आपले प्रभुत्व स्थापन करू पाहणारी साम्राज्यवादी प्रवृत्तीही अस्तित्वात आहे.

अगदी पूर्वी मानव दगडधोंड्यांच्या हत्यारांनी लढाया करीत होता. नंतर तो तलवारी-धनुष्यबाणांनी लढाया करू लागला. त्यानंतर तो बंदुका-तोफांनी लढाया करू लागला आणि आज तो अण्वस्त्रांनी लढाया करू पाहत आहे. संघर्ष बदलले, साधने बदलली; पण दुसऱ्याला पराभूत करून त्याच्यावर आपले प्रभुत्व स्थापन करण्याची मूलभूत मानवी प्रवृत्ती मात्र बदलली नाही - बदलणार नाही. आणि असे असेल तर शिवकालीन इतिहासातील प्रेरणा आणि प्रवृत्ती यांचा अभ्यास आजही आपणास उपयोगी ठरतो.

शिवकालात इस्लामी राज्यकर्त्यांनी महाराष्ट्राची भूमी आक्रमित करून एतद्देशीय लोकांवर केवळ राजकीयच नव्हे, तर सामाजिक व सांस्कृतिक गुलामगिरी लादली होती. सलग तीनशे वर्षे महाराष्ट्र इस्लामी राज्यकर्त्यांच्या सर्वंकष गुलामगिरीत खितपत पडला होता. मराठ्यांचे तत्कालीन पुढारी सुलतानांची चाकरी करण्यातच धन्यता मानीत होते. शिवाजी महाराजांनी मराठ्यांची गुलामगिरीची मानसिकता तोडली आणि हिंदवी स्वराज्याची – स्वतंत्र व सार्वभौम राज्याची स्थापना केली. महाराजांचे हे कार्य हे एक युगकार्य मानले गेले.

महाराजांची स्वराज्यनिर्मितीची जी काही उद्दिष्टे होती त्यामध्ये मराठ्यांचे एकीकरण करून त्यांच्यामध्ये स्वातंत्र्याची अभिलाषा उत्पन्न करणे, हे प्रमुख उद्दिष्ट होते. इस्लामी राज्यकर्त्यांचे आक्रमण केवळ मराठी भूमीवर नव्हते, ते हिंदू धर्मावर व हिंदू संस्कृतीवरही होते.

स्वाभाविकच इस्लामच्या हल्ल्यापासून हिंदू धर्म व संस्कृती यांचे रक्षण करणे, हे स्वराज्य स्थापनेमागचे एक प्रधान कार्य मानले गेले. त्यामुळेच महाराजांच्या स्वराज्य स्थापनेच्या प्रयत्नास धर्मरक्षणाचीही जोड मिळाली आणि त्या कार्यास लोकांनीही उत्स्फूर्त पाठिंबा दिला. परिणामी, महाराजांची जनमानसातील प्रतिमा 'हिंदू धर्मरक्षक' म्हणून तयार झाली. अशाच प्रकारची प्रतिमा आपल्या मराठी बखरकारांनी आपल्या बखरीत रंगवल्याचे दिसून येते.

ही प्रतिमा खरी होती काय, याचे उत्तर 'होय' असेच द्यावे लागेल; कारण तेच इतिहासाला धरून होईल. शिवाजी महाराजांनी हिंदू धर्माचे रक्षण केले, हे खरेच आहे. त्यात नाकारण्यासारखे काही नाही. तसेच ते हिंदू राजा होते, हेही तितकेच खरे होते, तेही नाकारण्यात अर्थ नाही; पण प्रश्न इथं संपत नाही. यातून आणखी काही प्रश्न निर्माण होतात आणि त्याची उत्तरे आजच्या राजकारणास व समाजकारणास अधिक मार्गदर्शक ठरू शकतात.

हे प्रश्न असे :- हिंदू धर्मरक्षण हेच केवळ शिवाजी महाराजांचे कार्य होते का? आणि महाराज केवळ हिंदूंचेच राजे होते का? या दोन्ही प्रश्नांची उत्तरे मात्र नकारात्मक द्यावी लागतील. इस्लामी आक्रमणाचा प्रतिकार करून स्वधर्माचे रक्षण करणे, हा महाराजांच्या स्वराज्यस्थापनेच्या युगकार्याच्या अनेक पैलूंपैकी एक पैलू आहे. ते काही एकमेव प्रधान कार्य नव्हे. धर्मरक्षणाप्रमाणे त्यांनी संस्कृतिरक्षणाचेही कार्य केले आहे. भाषा ही संस्कृतीचा प्राण असते. मराठी भाषेवर परक्या अरबी व फारसी भाषांनी केलेले आक्रमण महाराजांनी परतवून लावले. त्यासाठी राज्यव्यवहार- कोश निर्माण केला. हे त्यांचे संस्कृतिरक्षणाचे कार्य होते. अशी अनेक कार्ये सांगता येतील.

प्रत्येक समाजाला आपला धर्म व संस्कृती यांचे रक्षण करण्याचा मूलभूत अधिकार आहे. शिवाजी महाराजांचे धर्मरक्षणाचे कार्य या तत्त्वास अनुसरूनच होते. अशा प्रकारचे कार्य आधुनिक काळात धर्मनिरपेक्ष लोकशाही राज्यासही करावे लागते. लोकशाहीत प्रत्येक समाजाच्या धर्मरक्षणाची अंतिम जबाबदारी शासनावरच असते. लोकशाहीत एखादा समाज दुसऱ्या समाजावर धार्मिक आक्रमण करीत असेल तर त्याचा प्रतिकार शासनालाच करावा लागतो. ते शासनाचे कर्तव्यच ठरते.

शिवाजी महाराजांनी हिंदू धर्माचे रक्षण केले हे जितके खरे तितकेच त्यांनी दुसऱ्या धर्मांचा तिरस्कार केला नाही अथवा अन्य धर्मीयांचा छळ केला नाही हे खरे आहे. एका शिवकालीन शाहिराने आपल्या कवनात म्हटले आहे –

'शिवाजीच्या तळ्यात पाणी पिती सर्व जीव । नाही भेदभाव ॥'

या उक्तीप्रमाणे महाराजांनी आपल्या कारभारात सर्व धर्मांप्रत समभाव धारण केला होता. अशा प्रकारचा सर्वधर्मसमभाव राज्यकर्त्यांनी धारण करावा अशी आजच्या धर्मनिरपेक्ष राज्यात विचारी लोकांची अपेक्षा असते. महाराजांना 'धर्मनिरपेक्षता' ही आधुनिक संकल्पना ज्ञात नसतानासुद्धा त्यांच्याकडून या संकल्पनेप्रमाणे आचरण घडले, ही गोष्ट अचंबा करावी अशी आहे! म्हणूनच त्यांना 'द्रष्टा पुरुष' असे म्हटले जाते. आणि ते 'राजे' असूनही लोकशाहीच्या राज्यात राज्यकर्त्यांनी त्यांचा आदर्श घ्यावा, म्हणून आग्रह धरला जातो.

वास्तविक, शिवाजी महाराजांसमोर हिंदुस्थानातील इस्लामी आक्रमकांचा रक्तरंजित इतिहास उभा होता. त्यांनी केलेल्या हिंदूंच्या कत्तली आणि मंदिरांचा विध्वंस यांनी हा इतिहास भरून गेला होता. हा इतिहास महाराजांना माहीत नव्हता, असे नाही. म्हणूनच असा हिंदू धर्माचा विध्वंस करणाऱ्या आक्रमकांचे हात कलम करण्यासाठी त्यांनी फौजा उभारल्या, लढाया केल्या व शेवटी त्यांना पराभूत करून आपले, आपल्या लोकांचे राज्य स्थापन केले;

पण हे सर्व करीत असता शत्रू ज्या धर्माचा होता, त्या धर्माच्या लोकांच्या कत्तली महाराजांनी केल्या नाहीत अथवा त्यांची प्रार्थनास्थळे सूडबुद्धीने उद्ध्वस्त केली नाहीत. तसे त्यांनी केले असते तर इतिहासाने म्हटले असते की, त्यांनी तत्कालीन राजनीतीस धरूनच हे केले; पण शिवाजी राजा हा इतिहासावरही मात करणारा राजा होता. त्याने इतिहासाच्या प्रवाहाबरोबर बहकत जाण्यास नकार दिला आणि आपल्या धर्माच्या रक्षणाबरोबर अन्य धर्मांचेही रक्षण केले. आणि असे करून धर्मवेडाने राष्ट्र मोठे होत नाही, असा संदेश त्याने आपल्या काळातीलच नव्हे तर पुढच्या काळातील अनेक पिढ्यांना दिला.

शिवाजी महाराजांच्या या अलौकिक कार्याची दखल स्वकीयांनीच नव्हे, तर परकीयांनी, अगदी त्यांच्या शत्रूंनीही घेतलेली आढळते.

औरंगजेबाचा चरित्रकार आणि महाराजांचा कट्टर शत्रू खाफीखान याने आपल्या ग्रंथात लिहून ठेवले आहे –

'शिवाजीने असा सक्त नियम केला होता की, लष्करी मोहिमांच्या वेळी सैनिकांनी मशिदीस अथवा कुराणास हानी पोहोचवू नये. जर एखादी कुराणाची प्रत त्याच्या हाती सापडली तर तो मोठ्या पूज्य भावनेने ती आपल्या हाताखालच्या मुसलमान नोकरांच्या स्वाधीन करीत असे.' खाफीखानाने हे जे लिहिले आहे ते एखाद्या हिंदू इतिहासकाराने लिहिले असते तर जगाचा त्यावर विश्वासही बसला नसता, इतकी ही गोष्ट त्या काळात अपवादात्मक मानली जात होती!

औरंगजेबाने हिंदूंवर जेव्हा 'जिझिया' कर लादला तेव्हा त्याचा निषेध करणारे एक खरमरीत पत्र शिवाजी महाराजांनी त्याला लिहिले. त्यात महाराजांनी म्हटले आहे –

'परमेश्वर हा सर्वांचा आहे. तो फक्त मुसलमानांचाच आहे असे कुराणात म्हटले नाही. इस्लाम व हिंदू हे विश्वामधील दोन परस्परविरोधी रंग आहेत. त्या विश्वकर्म्याने (परमेश्वराने) या जगाचे चित्र रंगविण्यासाठी त्यांचा वापर केला आहे.' मुळात दोन्ही रंग एकच. एक भगवा व दुसरा हिरवा; परंतु ज्या परमेश्वराने हे रंग निर्माण केले तो मात्र एकच आहे. हे शाश्वत व वैश्विक सत्यच या ठिकाणी महाराजांनी सांगितले आहे. महाराजांनी मुस्लिम प्रजेवर अत्याचार का केले नाहीत याचे उत्तर त्यांच्या या उदात्त विचारात सापडते.

आजकाल 'हिंदुत्वा'विषयी बराच खल चाललेला आहे. सुप्रीम कोर्टाच्या न्यायाधीशांपासून सामान्य माणसापर्यंत प्रत्येक जण या 'हिंदुत्वा'चा अर्थ विशद करण्याचा प्रयत्न करीत आहे. 'हिंदुत्व' ही जीवनप्रणाली आहे, असे सांगितले जाते आहे. ती तशी असेल तर एक 'हिंदू राजा' म्हणून शिवाजी महाराजांनी आचरलेली जीवनप्रणाली हे खरे 'हिंदुत्व' होते. असे 'हिंदुत्व' भारताचे थोर सुपुत्र स्वामी विवेकानंद यांनीही प्रतिपादले होते व आचरणात आणले होते. म्हणूनच राष्ट्रीय स्वयंसेवक संघाच्या मुशीतून ज्यांचे व्यक्तिमत्त्व घडले, त्या अटल बिहारी वाजपेयी यांना असे उद्गार काढणे भाग पडले –

"I accept the Hindutva of Swami Vivekanand, but the type of Hindutva being propagated now is wrong and one should be wary of it" – (India Today, May 20, 2002)

खरे 'हिंदुत्व' वैश्विक बंधुभावाचा पुरस्कार करते, ते अन्य धर्मीयांचा द्वेष करीत नाही, असेच वाजपेयी यांना सांगायचे असावे.

आज आपण एक स्वतंत्र राष्ट्र आहोत. ५० वर्षांहून अधिक काळ आम्ही लोकशाही मार्गावरून यशस्वी वाटचाल केली आहे. गेल्या ५० वर्षांत आमच्याबरोबर स्वतंत्र झालेल्या राष्ट्रांतील लोकशाह्या अनेकदा पराभूत झालेल्या आम्ही पाहत आहोत. आम्ही मात्र लोकशाहीचा प्रयोग यशस्वी करून दाखविला आहे. The Biggest Democracy म्हणून आमचे कौतुकही होत आहे. हे सर्व ठीक आहे; पण लोकशाहीचा हा प्रयोग या देशात चिरकाल टिकवणे हे एक मोठे कठीण आव्हान आहे. नाना जाती, नाना पंथ, नाना धर्म असणाऱ्या या समाजात एकराष्ट्रीयत्वाची भावना जोपासणे, ही काळाची गरज आहे. त्यासाठी राष्ट्रीय चारित्र्य घडवावे लागेल आणि 'धर्मनिरपेक्षता' हे तत्त्व या राष्ट्रीय चारित्र्याचा प्राण असेल.

आणि म्हणूनच ज्यांनी सत्तेच्या सिंहासनाकडे जाण्यासाठी 'धर्मा'च्या शिडीचा वापर केला आणि त्यात जे यशस्वी झाले, त्यांनाही अखेर भारताच्या धर्मनिरपेक्षवादाचा जाहीर पुरस्कार करावा लागला आहे; कारण अनेक जातिधर्मांचे 'भारत' नावाचे हे राष्ट्र जर टिकवायचे असेल तर धर्मनिरपेक्ष धोरणाशिवाय अन्य कोणताही पर्याय नाही, हे त्यांच्याही लक्षात आले आहे.

धर्माच्या नावाने आमच्यापासून फुटून पाकिस्तान हे राष्ट्र निर्माण झाले. धर्मकारण हे त्याने आपल्या सर्व व्यवहाराचे पायाभूत धोरण मानले. भारताचा द्वेष हे त्याच्या परराष्ट्र धोरणाचे मुख्य सूत्र झाले. स्वाभाविकच जिहादची भाषा करून पाकिस्तानच्या राज्यकर्त्यांनी भारताशी तीन युद्धे केली आणि त्यात अपयश आल्यावर आता त्यांनी सीमापार अतिरेकी पाठवून भारताशी छुपे युद्ध सुरू केले आहे. या छुप्या युद्धाचा एक मुख्य भाग म्हणजे काश्मीरमध्ये व अन्य राज्यांत निरपराध नागरिकांच्या हत्या घडविणे आणि हिंदू-मुस्लिम यांच्या दंगली घडवून आणणे, हा आहे. या छुप्या युद्धात आमचा शत्रू यशस्वी होतो आहे.

ज्यांनी गोध्रा हत्याकांड घडविले, ते भारताचे मित्र नव्हते हे निश्चितच. गोध्रात निरपराध हिंदूंची निर्घृण हत्या योजनाबद्ध रीतीने

केली गेली. शत्रूस माहीत होते की याचे पडसाद सर्व देशभर उमटतील. तसे ते उमटलेही. सारा गुजरात पेटला. शेकडो लोकांची क्रूर हत्या झाली. त्यात मुसलमानही होते आणि हिंदूही. शत्रूला नेमके हेच हवे होते. त्यांना भारतातील हिंदू-मुसलमानांशी काही सोयरसुतक नाही.

शत्रूस भारतात जेवढ्या जातीय दंगली होतील, तेवढ्या हव्या आहेत. जेवढे निरपराध लोक मारले जातील तेवढे हवे आहेत; कारण त्यामुळे भारत दुबळा होणार आहे. भारतीय लोकशाहीचा धर्मनिरपेक्षतेचा पायाच नष्ट होणार आहे. परिणामी, भारत हे राष्ट्र भंग पावून त्याचे तुकडे तुकडे होणार आहेत, असे दिवास्वप्न आमचा शत्रू रंगवीत आहे आणि आता तर तो अण्वस्त्रांची भीती आम्हाला दाखवीत आहे.

शत्रूस वाटते आम्ही त्यांचे राष्ट्र तोडले! म्हणून आता आमच्या राष्ट्राचे तुकडे करण्यास ते प्रवृत्त झाले आहेत. त्यासाठी त्यांनी छुप्या युद्धाचा आश्रय घेतला आहे. खरे तर त्यांचे राष्ट्र त्यांच्या राज्यकर्त्यांच्या अत्याचारी धोरणामुळे दुभंगले. राज्यकर्त्यांच्या अत्याचारातून बांगलादेशाची निर्मिती झाली. आम्ही निमित्तमात्र ठरलो; पण शत्रूस हे मान्य नाही. त्याला आमचा सूड घ्यायचा आहे. अशा परिस्थितीत आम्ही आमच्या सीमा मजबूत केल्या पहिजेत; पण त्याहीपेक्षा महत्त्वाचे म्हणजे आमचे घर आम्ही मजबूत व एकसंघ राखले पाहिजे. शत्रूशी लढताना आम्ही १०५ आहोत, हे त्यास दाखवून दिले पाहिजे.

इथे शिवचरित्र आम्हास मार्गदर्शक बनू शकते. शिवाजी महाराजांनी इस्लामी शत्रूशी संघर्ष केला; पण इस्लामी प्रजेशी शत्रुत्व केले नाही. आदिलशहा, मोगल, सिद्दी हे सर्व इस्लामीच होते. त्यांच्याशी लढाया करताना आपल्या राज्यातील मुसलमान प्रजेला महाराजांनी शत्रू मानले नाही. एवढेच नव्हे तर आपल्या प्रशासनात, आपल्या लष्करात, आपल्या आरमारात त्यांना सामावून घेतले. अधिकाराच्या मोठमोठ्या जागा दिल्या. इब्राहिमखान, दौलतखान यांसारखे मुसलमान आरमाराच्या सर्वोच्च पदावर घेतले. 'शिवाजी राजा या सर्वांचा राजा होता. तो केवळ हिंदूंचा राजा नव्हता,' या विधानाची सत्यता येथे पटते.

धर्म ही बाब निःसंशय महत्त्वाची आहे; पण ती राष्ट्रउभारणीच्या कार्यात व राष्ट्रसंरक्षणाच्या कार्यात आडवी येता कामा नये, हाच शिवचरित्राचा आम्हास संदेश आहे. महाराजांचा हा संदेश आम्ही

स्वीकारला तर सीमेवरून आत घुसणाऱ्या अतिरेक्यांचा व त्याला पाठिंबा देणाऱ्या शत्रूचा आम्ही एकदिलाने समर्थपणे मुकाबला करू शकू. आमचे खरे शत्रू कोण आणि ते कसे ओळखावे, हे शिवचरित्र आम्हास सांगते. शिवप्रभूंनी आमच्यासमोर त्याचा धडा घालून दिला आहे. आम्ही तो कितपत आचरणात आणतो, यावर आमच्या राष्ट्राचे भवितव्य अवलंबून आहे. नाहीतर, केवळ शिवाजी महाराजांच्या जयजयकाराने, त्यांचे उत्सव व पुतळे उभे करण्याने कार्य साधणार नाही. शिवरायाच्या मार्गावरून आम्ही जाऊ तर आमच्याकडे वाकड्या नजरेने पाहण्याची हिंमत आमच्या शत्रूस होणार नाही, असा धडा आम्ही त्यास शिकवू.

शिवछत्रपती : रयतेचा राजा

मातृभूमीची परकीय अमलापासून मुक्तता, म्हणजेच हिंदवी स्वराज्याची स्थापना, हे शिवछत्रपतींचे जीवनकार्य होते. या कार्यासाठी त्यांनी हयातभर अविरत कष्ट घेतले आणि १६७४ साली स्वतःस राज्याभिषेक करवून या कार्यास राजनैतिक व कायदेशीर अधिष्ठान प्राप्त केले. आपले ध्येय साध्य करीत असता त्यांनी आपल्या अंगच्या असामान्य राजकीय व लष्करी गुणांचे प्रकटीकरण केले. तथापि, त्यांची कर्तबगारी ही फक्त राजकीय व लष्करी क्षेत्रांपुरती मर्यादित नव्हती. स्वराज्याच्या उभारणीबरोबर त्यांनी त्याचे अत्यंत कार्यक्षम व लोकाभिमुख असे प्रशासन निर्माण केले. शिवछत्रपतींची ही कामगिरी त्यांच्या लष्करी पराक्रमांइतकीच महत्त्वाची आहे. सामान्यातील सामान्य माणसाचे, विशेषतः गोरगरीब रयतेचे कल्याण व संरक्षण हे या प्रशासनाचे मुख्य सूत्र असल्याने हिंदुस्थानच्या इतिहासात 'रयतेचा राजा' म्हणून त्यांची प्रतिमा निर्माण झाली आहे.

प्रशासनाचे मुख्य ध्येयधोरण

रयत म्हणजे सामान्य शेतकरी वर्ग हा शिवकालीन समाजाचा कणा होता आणि या वर्गाचे कल्याण म्हणजे स्वराज्याचे कल्याण याची शिवछत्रपतींना अचूक जाण होती. रयतेकडून जमा होणारा जमीन महसूल हेच राज्याचे उत्पन्नाचे प्रधान साधन होते; परंतु हीच रयत दुष्काळाचे फेरे, वतनदारांकडून होणारी पिळवणूक व परचक्राच्या प्रसंगी

होणारी जाळपोळ व लुटालूट या संकटांच्या वरवंट्याखाली भरडली जात होती. परगण्यांतील पाटील-कुलकर्णी काय अथवा देशमुख-देशपांडे काय ही सर्व मंडळी समाजातील प्रतिष्ठित व सधन वतनदार लोक होते. ते परकीय अमलाखालीही कधी 'शोषित' नव्हते. खरे शोषित व दुःखीकष्टी होते ते रयत. शिवछत्रपतींचे स्वराज्य अशा वतनदारांसाठी नव्हते. ते बहुजनांच्या, रयतेच्या सुखासाठी, कल्याणासाठी होते. स्वाभाविकच 'रयतेचे कल्याण' हे त्यांच्या प्रशासनाचे मुख्य ध्येयधोरण बनले.

वतनदारांच्या तडाख्यातून रयतेची मुक्तता

शिवकालीन समाज-व्यवस्थेत 'वतनदार वर्ग' म्हणजे मोठे प्रस्थ होते. रयतेकडून जमीन महसूल गोळा करणे व तो सरकारी खजिन्यात जमा करणे हे त्यांचे मुख्य काम असे. त्याच्या मोबदल्यात त्यांना महसुलातील काही भाग इनाम, जमिनी, हक्क व मानमरातब मिळत असे. याच्या जोरावरच वतनदार वर्ग शिवकालीन समाजात बलदंड व प्रसंगी शिरजोर बनला होता. शिवछत्रपतींचे चरित्र सांगणारा आद्य बखरकार कृष्णाजी अनंत सभासद तत्कालीन समाजातील वतनदारांच्या मनमानी कारभाराविषयी लिहितो :

'इदलशाही, निजामशाही, मोगलाई देश (राजांनी) कबज केला. त्या देशात मुलकांचे पाटील-कुलकर्णी यांचे हाती व देशमुखांचे हाती कुल रयत. याणी कमाविसी करावी आणि मोघम टक्का द्यावा. हजार दोन हजार जे गावी मिरासदारांनी घ्यावे, ते गावी दोनशे-तीनशे दिवाणात खंडमक्ता द्यावा. त्यामुळे मिरासदार पैकेकरी होऊन गावास हुडे, वाडे, कोट बांधून प्यादे बंदुकी ठेवून बळावले. दिवाणास भेटणे नाही. दिवाणाने गुंजाईस अधिक सांगितल्याने भांडावयास उभे राहतात. ये जातीने पुंड होऊन देश बळाविले.'

अशा माजोर झालेल्या मिरासदारांना म्हणजे वतनदारांना शिवछत्रपतींनी वठणीवर कसे आणले हे पुढे सभासद सांगतो, "त्यास राजियाने देश काबीज करून हुडे, वाडे, कोट पाडिले. नामांकित कोट जहाला तेथे (आपले) ठाणे ठेविले आणि (रयतेस) मिरासदारांच्या हाती नाहीसे ठेविले. असे करून मिरासदार इनाम इजारतीने मनास मानेसारखे आपण

घेत होते ते सर्व अमानत करून गल्ला व नख्त गाव पाहून देखमुखास व देशकुळकर्णी यास व पाटील कुळकर्णी यांसी हक्क बांधून दिला. जमीनदारांनी वाडा बुरजांचा बांधू नये, घर बांधून रहावे, ऐसा मुलकाचा बंद केला.''

शिवछत्रपती इथेच थांबले नाहीत. त्यांनी रयतेपासून महसूल गोळा करण्यासाठी दिवाणातून खास कारकून नेमले. सभासद पुढे सांगतो, ''गावचा गाव, रयतेची रयत कारकुनाने कमावीर पाहून रयतेपासून वसूल पिकाचे पिकावर घ्यावा; मुलखात जमीदार, देशमुख व देसाई यांचे जप्तीखाली कैदेत रयत नाही. याणी साहेबी करून नागवीन म्हटलियाने त्यांचे हाती (रयत) नाही.'[१] अशाप्रकारे धनदांडग्या वतनदारांच्या तडाख्यातून रयतेस मुक्त करून महाराजांनी आपल्या प्रशासनाचा पाया अधिक लोकाभिमुख केला.

देवस्थानांच्या कचाट्यातून रयतेची मुक्तता

आपल्या राज्यात रयतेची कोणाकडूनही पिळवणूक होता कामा नये, याविषयी शिवछत्रपती अत्यंत दक्ष होते. या संदर्भात चिंचवडच्या मोरया गोसावींच्या देवस्थानचे उदाहरण पाहण्यासारखे आहे. पौन मावळातील गावांतून ठरावीक दरानेच धान्य खरेदी करण्याचा हक्क चिंचवडच्या देवस्थानास होता. त्यास रयत-निसबत खरेदीचा हक्क म्हणत. आता त्या काळीही धान्याचे दर दरवर्षी वाढतच होते; पण देवस्थान मात्र सनदेत नमूद केल्यानुसार पाचपन्नास वर्षांपूर्वीचाच दर रयतेस देऊन धान्य खरेदी करीत असे. देवस्थानाचा हक्कच असल्याने रयत हे सर्व निमूटपणे सहन करीत होती; पण महाराजांच्या लक्षात ही गोष्ट येताच त्यांनी हा हक्क रद्द करून देवस्थानाच्या कचाट्यातून रयतेची मुक्तता केली.

२२ जून १६७६च्या आपल्या एका आज्ञापत्रात महाराज म्हणतात : 'दिवसेंदिवस धारण महाग होत आली. तऱ्ही आजीवरी चालविले बरे केले. हाली साहेबास कललियावरी पेस्तरही (पुढे) रयतेपासून हे खरिदी देववावी... हे गोस्टी करावयाची नव्हे. दुसरी गोस्टी दिवसेंदिवस (धान्य) महाग होत चालिले असता रयतेच्याने हे खरिदी कैसी दिल्ही जाते याबद्दल साहेबी रयत निसबत खरिदी श्री ची घ्यावया व द्यावया निसबत नाही.'[२]

परंतु देवस्थानांचेही संवर्धन झाले पाहिजे, त्यांची अन्नछत्रे बंद पडता कामा नये, यासाठी महाराजांनी त्याच पत्रात हुकूम केला आहे की सदर देवस्थानास पूर्वीच्याच जुन्या दराने सरकारी भांडारातून अन्नधान्य पुरविले जावे. या व्यवहारात जे नुकसान होईल ते सरकार सोसेल (जितके नुकसान येते ते साहेबी कबूल) अशी तरतूद करून रयतेचे दरवर्षी होणारे नुकसान टाळले. महाराजांनी आपल्या कारभारात रयतेच्या कल्याणाविषयी इतके बारकाईने पाहावे, ही अचंबा करण्यासारखी गोष्ट आहे.

परचक्रापासून रयतेचे संरक्षण

तथापि, रयतेची खरी दुर्दशा होई ती शत्रूच्या स्वारीत. आदिलशाही काय अथवा मोगली काय, त्यांच्या स्वाऱ्यांत गावेच्या गावे जाळून-लुटून फस्त केली जात. शेकडो लोकांना बायकामुलांसह बंदी केले जाई. अशा प्रसंगी शिवछत्रपती आपल्या रयतेच्या संरक्षणाची कशी काळजी घेत, हे त्यांच्या एका दुर्मिळ पण अस्सल पत्रातून दिसून येते. हे पत्र महाराजांनी २३ ऑक्टो. १६६२ रोजी रोहिडखोऱ्याचा देशमुख सर्जेराव जेधे यास लिहिले आहे. त्यात ते म्हणतात :

'मोगल प्रस्तुत तुमच्या तपियात (परगण्यात) धावणीस येताती म्हणौन जासुदांनी समाचार आणिला आहे. तरी तुम्हास रोखा अहडताच तुम्ही तमाम आपले तपियात गावचा गाव ताकिदी करून माणसे लेकरेबाळे समतर तमाम रयेती लोकास घाटाखाले बाका जागा असेल तेथे पाठवणे. जेथे गनिमाचा आजार पहुचेना ऐशा जागियासी त्यासी पाठविणे. ये कामास है गै न करणे... ऐसियासी तुम्हापासून अंतर पडलियावरी मोगल जे बांद धरून नेतील त्याचे पाप तुमचा माथा बसेल. ऐसे समजोन गावचा गाव हिंडोनु रातीचा दिवस करून लोकांची माणसे घाटाखाले जागा असेल तेथे पाठवणे. या कामास एक घडीचा दिरंग न करणे. तुम्ही आपले जागा हुशार असणे. गावगनाही सेतपोत जतन करावया जे असतील त्यासही तुम्ही सांगणे की.. गनीम नजरेस पडताच त्याचे धावणीची वाट चुकवून पलोन जाणे.'[३] शत्रूच्या स्वारीच्या प्रसंगी रयतेच्या संरक्षणाची चिंता महाराजांना कशी लागून राहत होती, याचे यथार्थ दर्शन हे पत्र घडविते.

रयतेस काडीचा आजार द्यावया गरज नाही!

या संदर्भात शिवछत्रपतींनी सन १६७३ साली चिपळूणच्या छावणीस उद्देशून काढलेला जाहीरनामा अत्यंत महत्त्वाचा दस्तऐवज मानला जातो. वैशाखाचे दिवस होते. ऐन उन्हाळ्यात काही कारणाने महाराजांना आपल्या लष्कराची छावणी चिपळूणजवळ करावी लागली. लष्करास लागणारे सर्व सामानसुमान आसमंतातील गडकोटावरून छावणीत आणले गेले होते. सर्व बेगमी झाली होती. महाराजांनी सैनिकांना काही कमी ठेवले नव्हते. अशा परिस्थितीत उधळमाधळ करण्याची माणसाची सहज प्रवृत्ती होते. महाराजांना हा मनुष्यस्वभाव माहीत होता. चिपळूणच्या छावणीत अशी उधळमाधळ सैनिकांनी करू नये, असा इशारा देणारा जाहीरनामा त्यांनी काढला. त्यात ते म्हणतात :

''कारकुनांकडून गडोगडी गल्ला असेल तो देववून जैसी तैसी पागेची बेगमी केली आहे. त्यास तुम्ही मनास ऐसा दाणा, रतीब, गवत मागाल, असेल तोवरी धुंदी करून चाराल, नाहीसे जाले म्हणजे मग काही पडल्या पावसात मिळणार नाही. उपास पडतील. घोडी मरावयास लागतील. म्हणजे घोडी तुम्हीच मारिली ऐसे होईल; व विलातीस (प्रदेशास) तसवीस देऊ लागाल. ऐशास कोण्ही कुणब्याचे येथील दाणे आणील, कोण्ही भाकर, कोण्ही गवत, कोण्ही फाटे, कोण्ही भाजी, कोण्ही पाले. ऐसे (तुम्ही) करू लागलेत म्हणजे जी कुणबी घर धरून जीवमात्र घेऊन राहिले आहेत, तेही जाऊ लागतील. कित्येक उपाशी मराया लागतील. म्हणजे त्याला ऐसे होईल की मोगल मुलकात आले त्याहूनही अधिक तुम्ही! ऐसा तळतळाट होईल. तेव्हा रयतेची व घोडियांची सारी बदनामी तुम्हावरी येईल. हे तुम्ही बरे जाणून सिपाही हो अगर पावखलक (पायदळ सैनिक) हो, (जे) गाव राहिले असाल (तेथे) त्यांणी रयतेस काडीचा आजार द्यावया गरज नाही.'

'साहेबी खजानातून वाटणिया पदरी घातलिया आहेती. ज्याला जे पाहिजे, दाणा हो अगर गुरेढोरे वागवीत असाल त्यास गवत हो, अगर फाटे, भाजीपाले, व वरकड विकावयास येईल ते, रास (योग्य) घ्यावे, बाजारात जावे, रास विकत आणावे. कोण्हावरी जुलूम अगर ज्याजती अगर कोण्हासी कळागती करावयाची गरज नाही व पागेस सामा केला

आहे तो पावसाळा पुरला पाहिजे; ऐसे तजविजीने दाणा रतिब कारकून देत जातील तेणेप्रमाणेच घेत जावे...' [४]

शिवछत्रपतींच्या मुलकी आणि लष्करी प्रशासनावर लख्ख प्रकाश टाकणारे हे पत्र आहे. यातील प्रत्येक वाक्य महाराजांच्या तोंडचे असून, ते अंत:करणातून आले आहे. शिवछत्रपतींचा हा जाहीरनामा आणखी एका अर्थाने महत्त्वपूर्ण आहे. यात त्यांनी 'स्वराज्या'चा खरा अर्थ सांगितला आहे. स्वराज्याचे सैनिकच जर रयतेस लुबाडू लागले तर मग ते स्वराज्य कसले? आणि मग स्वराज्यात आणि मोगलाईत फरक तो काय राहिला? असे झाले तर स्वराज्यातील रयतच तुम्हास म्हणेल की "मोगल मुलकात आले त्याहून अधिक तुम्ही!" हे स्वराज्य रयतेचे आहे आणि रयतेचे कल्याण हेच त्याचे अंतिम ध्येय असले पाहिजे, असे महाराजांनी आपल्या लष्करास खडसावून सांगितले आहे.

"रयतेवर गैर केलिया साहेब तुजवर राजी नाहीत!"

आपल्या राज्यातील सुभेदाराने सुभ्यात कसा चोख कारभार करायला हवा, याविषयी सक्त ताकीद देणारा महाराजांचा एक हुकूम उपलब्ध आहे. कोकणातील प्रभानवलीचा सुभेदार रामाजी अनंत यास धाडलेल्या आज्ञापत्रात महाराज म्हणतात: 'येसीयास चोरी न करावी, इमाने-इतबारे साहेबकाम करावे, येसी तू क्रियाच केली आहेस. तेणेप्रमाणे एक भाजीच्या देठास तेही मन न दाखविता रास व दुरूस वर्तणे.'

रयतेपासून जमीन-महसूल गोळा करीत असता सुभेदाराने कोणती काळजी घ्यायला हवी, याविषयी महाराज म्हणतात : 'रयेतीचा वाटा रयेतीस पावे आणि राजभाग आपणास येई ते करणे. रयतेवर काडीचे जाल (जुलूम) व गैर केलिया साहेब तुजवर राजी नाहीत येसे बरे समजणे.' [५]

त्या काळी शेतीत ज्या पिकाचे उत्पन्न होई, त्यावर वस्तूच्या रूपानेच महसूल गोळा करण्याचा हुकूम असता सुभेदार रोख रकमेच्या स्वरूपात तो घेत असत. नारळ, सुपारी, मिरे या वस्तू गोळा करून त्या सरकारी भांडारात ठेवण्याची व त्याचे संरक्षण करण्याची कटकट अधिकाऱ्यांना नकोशी वाटायची. महाराजांनी अंमलदारांचा कामचुकारपणा अचूक हेरला होता. त्यावर महाराजांनी त्यांना सांगितले आहे की :

रयतेकडून वस्तूच्या रूपात महसूल गोळा करून त्यांची साठवण करून ठेवा, त्या लगेच बाजारात आणून विकू नका, जेव्हा त्या वस्तूंना बाजारात चांगला दर येईल त्याच वेळी त्या विका. म्हणजे त्यात सरकारचा फायदा होईल व अमलदाराचीही वाहवा होईल.

रयतेपैकी अनेक जण आर्थिकदृष्ट्या दुबळे होते. कोकणात तर त्यांची अवस्था बिकट होती. अशा दुबळ्या रयतेसाठी महाराजांनी आपल्या राज्यात अनेक योजना राबविल्या होत्या. ज्या कुणब्याजवळ शेत आहे, पण साधने नाहीत, अशांना बैल, बी-बियाणे, धान्यासाठी रोख पैसे द्यावेत. पुढील वर्षी लगेच कर्जवसुली वाढीदिडीने न करता फक्त मुद्दलच आणि तेही हप्त्याहप्त्याने वसूल करावे, अशा सूचना महाराजांनी या आज्ञापत्रात केलेल्या दिसतात. ज्या कुणब्याजवळ धडधाकट शरीराशिवाय काहीच नसे अशांना सरकारातून पडीक जमिनीपासून बैलजोडीपर्यंत सर्वकाही देण्याची महाराजांची तयारी होती. यासाठी सुभेदाराने आपल्या प्रदेशातील प्रत्येक गावात गेले पाहिजे व दुबळ्या रयतेस साहाय्य केले पाहिजे, असा त्यांचा दंडक होता.

कालौघात शिवकाळातील फार मोजकीच पत्रे आज आपल्याजवळ अस्तित्वात राहिली आहेत; पण ती जी काही आहेत त्यातून शिवछत्रपतींच्या हृदयातही रयतेच्या कल्याणाची कळकळ किती होती, याचे दिग्दर्शन होते. तसेच ती पत्रे शिवछत्रपतींचे 'रयतेचा राजा' म्हणूनही दर्शन घडवितात.

संदर्भ

१. सभासद बखर, पृ. २६-२७

२. शिवाजी महाराजांची पत्रे, पृ. १९१-१९२

३. कित्ता, पृ. ९९

४. कित्ता, पृ. १५६-१५८

५. कित्ता, पृ. १९७-१९८

❖

शिवछत्रपतींची एक आरमारी मोहीम

सतराव्या शतकात मोगली साम्राज्य सत्तेचा सूर्य हिंदुस्थानच्या राजकीय आकाशात प्रखर तेजाने तळपत होता. अखिल हिंदुस्थानात मोगली सत्तेला आव्हान देण्याचे सामर्थ्य व मनोधैर्य कोणाही हिंदू अथवा मुस्लिम राजाकडे नव्हते. अशा परिस्थितीत असे आव्हान दक्षिणेतील मराठ्यांच्या राजाने – शिवछत्रपतींनी – दिले. हे त्या काळाचे एक वैशिष्ट्य म्हणून मानले गेले. म्हणूनच शिवछत्रपतींच्या कार्याला 'युगकार्य' असे म्हटले जाते. या कार्याचे अनेक पैलू आहेत. शिवछत्रपतींची 'आरमारनिर्मिती' हा त्यापैकी एक तेजस्वी पैलू आहे.

दिल्लीपती मोगल बादशहा स्वत:ला हिंदुस्थानचे स्वामी समजत होते. 'जगदीश्वरो वा दिल्लीश्वरो' असा त्यांच्या सामर्थ्याचा सर्वत्र बोलबाला होता; पण अगदी बादशहा अकबरापासून औरंगजेबापर्यंतचे हे दिल्लीपती भूमीवर कितीही पराक्रमी व सामर्थ्यवान असले तरी सागरावर मात्र ते हतबल ठरले होते! हिंदुस्थानच्या तिन्ही समुद्रांवर त्यांची सत्ता चालत नव्हती. या समुद्रांवर राज्य करीत होते अरब, सिद्दी, पोर्तुगीज, डच, इंग्रज यांसारखे परकीय लोक; आणि म्हणूनच हज यात्रेसाठीसुद्धा हिंदुस्थानातील मुस्लिम सत्ताधीशांना या परकीयांच्या साहाय्याची याचना करावी लागत होती!

आरमार म्हणजे स्वतंत्र राज्यांग

हिंदुस्थानातील या तत्कालीन निराशाजनक परिस्थितीच्या पार्श्वभूमीवर

शिवछत्रपतींनी पश्चिम किनाऱ्यावर स्वतंत्र आरमाराची स्थापना आणि उभारणी केली; एवढेच नव्हे तर सागरावर अधिराज्य गाजविणाऱ्या उपरोक्त परकीय सत्तांच्या हृदयात विलक्षण दहशत निर्माण केली. ही घटना मराठ्यांच्याच नव्हे तर सर्व हिंदुस्थानच्या इतिहासात अनन्यसाधारण गणली जाते.

शिवछत्रपतींचा एक प्रधान रामचंद्रपंत अमात्य याने महाराजांची राजनीती 'आज्ञापत्र' या ग्रंथात वर्णिली आहे. महाराजांच्या आरमारनिर्मितीच्या कार्याचे महत्त्व विशद करताना तो म्हणतो, "आरमार म्हणजे स्वतंत्र एक राज्यांगच आहे. जैसे ज्यास अश्वबल त्याची पृथ्वी प्रजा आहे, तद्वतच ज्या जवळ आरमार त्याचा समुद्र. याकरिता आरमार अवश्यमेव करावे."१

दर्यास पालाण घातले

राज्याचे आरमार हे अंग समर्थ व्हावे, यासाठी शिवछत्रपतींनी आपला खजिना रिता केला. सहा-सातशे लढाऊ जहाजे बांधून आरमार सज्ज केले; विजयदुर्ग, सुवर्णदुर्ग, सिंधुदुर्ग यांसारखे बुलंद सागरी किल्ले उभारून किनारपट्टी सुरक्षित केली. सिद्दी-पोर्तुगिजादींना दहशत लावली. महाराजांनी आपल्या पराक्रमाने भूमीस जसे खोगीर घातले तसे आरमार व सागरी किल्ले बांधून दर्यासही खोगीर घातल्याचे त्यांचा एक चरित्रकार कृष्णाजी अनंत सभासद लिहितो :

'राजियांनी जागाजागा डोंगर पाहून गड बसविले की जेणे करून दर्या जेर होईल आणि पाणियातील राजे जेर होतील. पाणियातील म्हणजे केवळ जंजिरे असे करून गड जहाजे मेळवून दर्यास पालाण (खोगीर) राजियांनी घातले. जोपर्यंत पाणियातील गड असतील तोपर्यंत आपले नाव चालेल, असा विचार करून अगणित गड जंजिरे जमिनीवर व पाणियात वसविले.'२

महाराजांनी संधी साधली

महाराजांचे राज्य भूमीवर मोगल आदिलशाही शत्रूंनी वेढले होते. त्यांच्याशी त्यांचा सतत लष्करी संघर्ष चालू होता. त्यातून सवड काढून त्यांनी आरमार उभारले होते. किनारपट्टीवरील शत्रूंवर जरब बसवली

होती. दुर्दैवाने या आरमाराचे नेतृत्व करून शत्रूच्या किनारी प्रदेशांवर मोहिमा काढण्याचा अवकाश महाराजांना फारसा मिळू शकला नाही; पण जेव्हा तो थोडा मिळाला तेव्हा ती संधी त्यांनी दवडली नाही. असा एकमेव प्रसंग म्हणजे महाराजांची सन १६६५ची बसरूरची आरमारी स्वारी.

बसरूर हे कर्नाटकातील बेदनूरच्या नायकाच्या राज्यातील महत्त्वाचे बंदर. कारवारच्या दक्षिणेस असणारे हे स्थान पश्चिम किनाऱ्यावर सुरतेसारखेच व्यापारासाठी प्रसिद्ध होते. १६६४ साली महाराजांनी सुरत लुटली. अगणित संपत्ती स्वराज्यात आणली. त्यानंतर त्यांनी बसरूर बंदराकडे आपली नजर वळविली. टेहळणी करणारी जहाजे व हेर पाठवून तिकडे जाणाऱ्या मार्गाची व शहराची बित्तंबातमी त्यांनी गोळा केली. हेरांकडून किनारी प्रदेशांवरील, विशेषत: बसरूरमधील, स्थानिक लोकांचे सहकार्यही संपादले गेले.

बसरूरवरील स्वारीसाठी कालही अनुकूल होता. खुद्द बेदनूर राज्य यादवीने ग्रासले होते. त्यामुळे नायकाचे बसरूरकडे फारसे लक्ष नव्हते. त्यातच आदिलशहा बेदनूरवरच्या स्वारीच्या तयारीत होता. दरम्यान, महाराजांचे पिता शहाजीराजे नुकतेच निवर्तले होते. त्यामुळे आदिलशाही राज्यातील राजकारणात महाराजांचा अडकलेला हात रिकामा झाला होता. दुसरे असे की, महाराजांचे प्रमुख प्रतिस्पर्धी पोर्तुगीज मुंबई बेट इंग्रजांच्या ताब्यात देण्याच्या व्यवहारात गुंतून पडले होते. सारांश, बसरूरवरील स्वारीची नामी संधी निर्माण झाली होती. महाराजांनी ती लग्नघटिकेप्रमाणे साधली.

बसरूरवरील मोहीम

मालवणच्या उत्तरेस असणाऱ्या मालंडच्या खाडीत महाराजांचे आरमार स्वारीसाठी तयार झाले होते. त्याच वेळी मालवणच्या किनाऱ्यावर सिंधुदुर्गाचे बांधकाम सुरू झाले होते. जानेवारी १६६५मध्ये महाराज आपल्या मातु:श्रींसह राजगडाहून महाबळेश्वरास आले व तेथे सूर्यग्रहणाच्या पर्वणीवर तिची सुवर्णतुला त्यांनी केली. मातु:श्रींचा आशीर्वाद घेऊन ते बसरूरच्या स्वारीसाठी मालवणास आले. मालंडच्या खाडीतील ८५ लहान व तीन मोठी गलबते घेऊन त्यांनी ८ फेब्रुवारी १६६५ रोजी

बसरूरच्या स्वारीसाठी प्रस्थान ठेवले. मराठ्यांच्या राजाने एका आरमारी मोहिमेसाठी आपल्या गलबतावर ठेवलेले ते पहिले आणि शेवटचे पाऊल होते!

मालवण ते बसरूर हे सुमारे २०० मैलांचे अंतर महाराजांनी पाच-सहा दिवसांत कापले. मार्गावरील गोवे, कारवार, गोकर्ण, कुमठे, होनावर, भटकळ व गांगुली ही प्रमुख ठिकाणे बाजूस टाकून ते सुखरूपपणे बसरूरच्या किनाऱ्यावर १४ फेब्रुवारीच्या पहाटे उतरले. त्यांच्याबरोबर चार हजार कसलेले सैनिक होते, असे डचांनी आपल्या कागदपत्रात नमूद करून ठेवले आहे.[३] बसरूरच्या रहिवाशांना महाराजांच्या स्वारीची किंचितही कल्पना नसल्याने ते सर्व बेसावध होते. चार हजार मराठे अचानकपणे शहरात घुसले. सर्वत्र हाहाकार उडाला. व्यापारी वर्गास आपली संपत्ती दुसरीकडे हलविण्यास अवकाशच सापडला नाही. ती सर्व महाराजांच्या हाती पडली. दिवसभर मराठे शहर लुटीत होते.

बखरकार सभासदाचा वृतान्त

महाराजांच्या या आरमारी स्वारीचे मराठी कागदपत्रांत फार त्रोटक संदर्भ मिळतात. फक्त सभासद बखरकाराने या स्वारीची थोडी विस्ताराने माहिती दिली आहे. तो लिहितो, ''पुढे बिदनुरी शिवापा नाईक जंगम होता. त्याचे शहर बसनूर (बसरूर) म्हणून थोर नामांकित होते. दर्याकिनारी येथे पालती (टेहळणी) पाठवून वर घाटे जाता मार्ग नाही म्हणून पाणियातील जहाजे आणून सिद्ध करून आपण राजा खासा, जहाजात बसून जाऊन बसनूरास एकाएकी दिवस उगवावयासि गेले. शहरचे लोक बेहुशार होते. एकाएकी जहाजांतून उतरले. शहर मारिले. एक दिवस शहर लुटून फन्ना केले. जैसी सुरत मारून मालमत्ता आणिली, त्याप्रमाणे बसनूरची मालमत्ता अगणित माल, जडजवाहीर, कापड, जिन्नस आपले देशास (घेऊन) आले. मालमत्ता पाहता दोन कोटी होनांची आणली.''[४]

महाराजांचा परतीचा प्रवास

बसरूरच्या लुटीची संपत्ती आपल्या गलबतांवर चढवून महाराज लगेच परतीच्या प्रवासास निघाले. मार्गात प्रथम गोकर्ण महाबळेश्वरास

आले. तेथे त्यांनी शिवदर्शन केले. नंतर ते आपल्या आरमारासह अंकोल्यास आले. या ठिकाणी त्यांनी समुद्रमार्गावरून न जाता खुष्कीच्या मार्गाने जाण्याचा निर्णय घेतला आणि मार्गातील खाड्या ओलांडण्यासाठी दहा-बारा लहान गलबते ठेवून घेऊन बाकीचे आरमार त्यांनी पुढे पाठवून दिले.

२२ फेब्रुवारीस महाराज कारवारजवळ आले. कारवार त्या काळी मोठी व्यापारी पेठ होती. इंग्रजांची तेथे एक वखार होती. योगायोगाने आदल्या रात्रीच शेरखान नावाचा एक आदिलशाही सरदार तेथे आला होता. त्याच्याजवळ पाचशे सैनिक होते. त्याला महाराजांच्या आगमनाची वार्ता समजताच तो कारवारच्या बंदोबस्तास लागला. इंग्रजांनी आपल्या वखारीतील माल एका जहाजावर लादून दुसरीकडे पाठवला.

इंग्रजांच्या मदतीने कारवारच्या संरक्षणाची व्यवस्था करीत असतानाच शेरखानाने महाराजांकडे निरोप पाठविला की, त्यांनी कारवारवर हल्ला न करता पुढे निघून जावे. महाराजांनी त्याची ही सूचना मान्य केली. शेरखान हा शहाजीराजांचा मित्र बहलोलखान याच्या पक्षातील असल्याने महाराजांनी त्याच्यावर हल्ला केला नाही, असे इतिहासकारांचे मत आहे. महाराजांनी कारवारवर हल्ला केला नाही, याचे समाधान वाटून तेथील व्यापाऱ्यांनी एक सामुदायिक नजराणा त्यांना अर्पण केला. त्यातील आपला वाटा म्हणून इंग्रजांना ११२ पौंडांची रक्कम भरावी लागल्याची नोंद सापडते.[५]

कारवारजवळ महाराजांचा दोन दिवस मुक्काम होता. तेथून ते उत्तरेस पस्तीस मैलांवर असणाऱ्या आपल्या राज्यातील भीमगड या किल्ल्यावर आले. तेथे काही काळ विश्रांती घेत असतानाच मोगल सेनापती मिर्झा राजा जयसिंगाच्या स्वारीचे संकट स्वराज्यावर कोसळल्याची वार्ता त्यांना समजली. तेव्हा या संकटाशी सामना करण्यासाठी ते त्वरेने राजगडाकडे परतले.

बसरूर स्वारीचे ऐतिहासिक महत्त्व

शिवचरित्रात या बसरूरच्या स्वारीचे मोठे ऐतिहासिक महत्त्व आहे; कारण या स्वारीनंतर महाराजांनी कोणा आरमारी मोहिमेचे स्वतः नेतृत्व केल्याचे इतिहासात नमूद नाही. कदाचित सततच्या राजकीय युद्धमान

परिस्थितीमुळे अशी मोहीम त्यांना पुन्हा हाती घेण्यास सवड मिळाली नसावी; पण त्यामुळे बसरूरची मोहीम शिवचरित्रातील पहिली व अखेरची मोहीम ठरली गेली. प्रसिद्ध शिवचरित्रकार शेजवलकर या मोहिमेचे महत्त्व सांगताना लिहितात :

"महाराजांच्या बसरूरच्या एकमेव आरमारी पर्यटणानंतर पुन: कोणत्याही मराठी राजाने तारवांतून स्वारी केलेली नमूद नाही. एकट्या महाराजांचेच लक्ष हिंदी राजांना अपरिचित अशा या नूतन संरक्षण साधनाकडे पहिल्याने वळले व त्याचा यथाशक्य उपयोग करून घेण्याची तयारी त्यांनी चालविली, यात त्यांच्या मोठेपणाचा एक पैलू दृष्टीस पडतो.'६

शिवचरित्रामधील अफझलखान वध, शाहिस्तेखानावरील छापा यासारखे महाराजांचे प्रसिद्ध पराक्रम सर्वांनाच परिचित असतात. त्या मानाने महाराजांचा हा सागरावरील पराक्रम तसा उपेक्षितच राहिला आहे.

संदर्भ

१. आज्ञापत्र, पृ. १०२

२. सभासद बखर, पृ. ६४

३. Shivaji the Great, Vol. II, Part I, pp. 519-543

४. सभासद बखर, पृ. ६७-६८

५. English Records on Shivaji, Letter No. 107

६. श्री शिवछत्रपती, पृ. ११४

मराठा आरमाराचे जनक : शिवछत्रपती

उत्तरेतील इस्लामी आक्रमणाच्या लाटेने देवगिरीचे मराठी राज्य नष्ट झाल्यावर तीनशे वर्षे महाराष्ट्र पारतंत्र्यात बुडाला होता. या तीनशे वर्षांच्या गुलामगिरीस गाडून टाकून छत्रपती शिवाजी महाराजांनी महाराष्ट्रात 'हिंदवी स्वराज्याच्या' स्थापनेची अभूतपूर्व कामगिरी केली. मराठी समाजास संजीवनी देऊन त्याची अस्मिता जागृत केली. महाराजांच्या या नवयुग-निर्मितीच्या कार्याचे अनेक पैलू आहेत. त्यातील एक तेजस्वी पैलू म्हणजे त्यांनी केलेली मराठी आरमाराची स्थापना.

मराठा आरमाराची उभारणी

महाराजांचा सागराशी जो प्रथम संबंध आला तो त्यांनी जावळीचे राज्य जिंकल्यावर. या वेळी रायगडचा कोकणपट्टीचा प्रदेश त्यांच्या हाती आला (सन १६५६). दुसऱ्याच साली त्यांनी आदिलशहाचा कल्याण-भिवंडीचा सुभा जिंकला. किनारपट्टीचा हा विस्तीर्ण प्रदेश काबीज होताच महाराजांसमोर एक नवे आव्हान उभे राहिले, ते म्हणजे कोकण किनाऱ्यावरील जंजिरेकर सिद्दी. या शत्रूपासून या प्रदेशाचे संरक्षण करण्यासाठी आरमाराशिवाय तरणोपाय नव्हता. सिद्दी ही समुद्रावर चाचेगिरी करणारी आफ्रिकेतील क्रूर जमात. जंजिरा-दंडराजापुरी ही त्यांची मुख्य ठिकाणे. ते आदिलशहाच्या सेवेत असत. किनारपट्टीवरील मराठी गावे लुटणे, बेचिराख करणे, लोकांना पकडून गुलाम करणे, स्त्रियांच्यावर अत्याचार करणे हाच त्यांचा प्रमुख उद्योग. संख्येने ते कमी

असले तरी सागरावर त्यांची सत्ता चालत होती. शिवाजी महाराजांचा चरित्रकार कृष्णाजी अनंत सभासदाने त्यांचे वर्णन करताना म्हटले आहे: "राजापुरीचे सिद्दी घरात जैसा उंदीर तैसा शत्रू. यास कसे जेर करावे म्हणून राजियास तजवीज पडली." अशा वरवर क्षुद्र दिसणाऱ्या पण भयंकर क्रूर असणाऱ्या या दगलबाज शत्रूचे आव्हान शिवाजी महाराजांनी स्वीकारून सन १६५९साली कल्याण-भिवंडीच्या खाडीत मराठी आरमाराच्या उभारणीस शुभारंभ केला.

पोर्तुगीज लोकांचे सहकार्य

कोकण किनाऱ्यावर आरमार उभारणीस निसर्ग अनुकूल होता. शेकडो खाड्या, जवळच असणारा दुर्गम सह्याद्री, आरमारास लागणारे सागाचे जंगल, कोळी-भंडारी यासारख्या पिढ्यान्‌पिढ्या दर्यावर राहणाऱ्या तेथील दर्यावर्दी जमाती या सर्व बाबी हाताशी असल्या तरी एक महत्त्वाची अडचण होती, ती म्हणजे आरमार-बांधणीचे तंत्रज्ञान. हिंदुस्थानातील कोणत्याच सत्तेस ते अवगत नव्हते. एवढा मोठा दिल्लीचा बादशहा, पण तोही समुद्रावर हतबल होता. मक्का-मदिनाच्या यात्रांसाठी त्याला सिद्दी, अरब, इंग्रज यांसारख्या सागरी सत्तांच्या सहकार्यावर अवलंबून राहावे लागे.

अशा परिस्थितीत आपल्या आरमाराच्या उभारणीच्या कार्यात महाराजांनी वसईच्या काही कुशल पोर्तुगीज कारागिरांचे सहकार्य घेतले. सुमारे तीनशे पोर्तुगीज लोक कल्याण-भिवंडीच्या आरमार बांधणीच्या कारखान्यात काम करीत होते. त्यांच्याकडून महाराजांनी आपल्या आरमारातील पहिली वीस लढाऊ जहाजे बांधून घेतली.

आपण ही आरमाराची सिद्धता सिद्दींच्या बंदोबस्तासाठी करीत आहोत, अशी महाराजांनी जरी भूमिका घेतली होती, तरी चाणाक्ष पोर्तुगीज सत्तेच्या लक्षात मराठ्यांच्या आरमारी सत्तेचा भावी काळातील धोका आल्याशिवाय राहिला नाही. सन १६६७साली गोव्याचा पोर्तुगीज व्हाइसरॉस आपल्या पत्रात म्हणतो, "शिवाजीचे आरमार मला भीतिदायक वाटते. कारण त्याच्या विरुद्ध आम्ही सुरुवातीलाच कारवाई न केल्याने त्याने किनाऱ्यावर किल्ले बांधले आणि आज त्याच्याजवळ पुष्कळ तारवे आहेत.'

लवकरच या व्हाइसरॉयने जाहीरनामा काढून महाराजांच्या सेवेत असणाऱ्या सर्व पोर्तुगीज लोकांना आपल्या राज्यात परत बोलाविले;

पण तोपर्यंत महाराजांनी आपल्या लोकांना जहाजबांधणीच्या तंत्रात कुशल बनवून ठेविले होते. त्यामुळे मराठी आरमाराची दिवसेंदिवस प्रगतीच होत गेली.

महाराजांचे आरमारी सामर्थ्य

जसजसा कोकणचा किनारी प्रदेश महाराजांना काबीज होत गेला, तसतसे त्यांचे आरमारी सामर्थ्य वाढत गेले. कल्याण-भिवंडीपासून गोव्यापर्यंतचा व गोव्याच्याही पलीकडील कारवारचा किनारी प्रदेश महाराजांनी जिंकून स्वराज्यात सामील केल्यावर त्यांनी त्या प्रदेशात विजयदुर्ग, सुवर्णदुर्ग, रत्नागिरी, पद्मदुर्ग, सिंधुदुर्ग असे अनेक दुर्गम सागरी किल्ले बांधले. सिंधुदुर्ग किल्ला तर महाराजांनी जातीने लक्ष घालून बांधला. चित्रगुप्ताच्या बखरीत या सिंधुदुर्गाचे फार उत्कृष्ट वर्णन आले आहे. बखरकार म्हणतो :

'सिंधुदुर्ग बांधावयाची सारी युक्ती महाराजांनी सांगितली. चौऱ्यांशी बंदरांत हा जंजिरा मोठा. अठरा टोपीकारांच्या उरावर ही शिवलंका अजिंक्य जागा महाराजांनी निर्माण केली.' सिंधुदुर्गास बखरकाराने 'शिवलंका' म्हटले आहे. या जंजिरे सिंधुदुर्गावर महाराजांनी कोट्यवधी होन खर्च केले होते. सुरतेच्या लुटीतील बरीचशी संपत्ती येथे कामी आली. सिंधुदुर्गासारखा दुसरा महत्त्वाचा किल्ला म्हणजे पद्मदुर्ग. सिद्द्यांच्या जंजिऱ्याला शह देण्यासाठी महाराजांनी तो राजापूरच्या खाडीवर बांधला. तसेच मुंबईकर इंग्रजांना शह देण्यासाठी समुद्रात मुंबईच्या तोंडावर खांदेरी बेटावर किल्ला तयार केला.

लढाऊ आणि व्यापारी अशा दोन्ही प्रकारच्या आरमारांची उभारणी महाराजांनी केली. त्यामध्ये गुराब, गलबत, शिबाड, तरांडी, तारू, पगार, तिरकाटी, पाल, माचवा, महागिरी इ. अनेक प्रकार होते. सभासद बखरीत महाराजांच्या आरमारातील जहाजांची संख्या सातशे अशी आहे. मराठ्यांची लढाऊ लहाजे आकाराने लहान असत. याचे कारण वारा नसेल तर मोठी जहाजे किनाऱ्यावर निरुपयोगी ठरत आणि महाराजांच्या आरमाराचे प्रमुख उद्दिष्ट किनारी प्रदेशात संचार करून त्याचे संरक्षण करणे, हे असल्याने लहान आकाराची जहाजे अधिक परिणामकारक व उपयोगी ठरत.

महाराजांचा आरमारी सत्तांशी संघर्ष

सागरावर मराठ्यांचा मुख्य शत्रू म्हणजे सिद्दी. मराठ्यांशी त्याचे हाडवैर. महाराजांनी त्यांची दंडराजापुरीची जहागीर जिंकून घेऊन त्यांना जमिनीवरून हाकलून दिले; पण त्यांचे मुख्य ठाणे म्हणजे समुद्रातील जंजिरा हा किल्ला घेणे मराठ्यांना शक्य झाले नाही. महाराजांनी जंजिरा घेण्याचा जंगजंग प्रयत्न केला; पण इंग्रज, पोर्तुगीज व मोगल यांच्या साहाय्यामुळे सिद्दींचा हा जंजिरा अजिंक्यच राहिला. असे असले तरी महाराजांनी सिद्दींना पुरेपूर शिक्षा करून त्याची सागरावर मोठी कोंडी केली. त्यांच्या हल्ल्यांपासून आपल्या प्रदेशाचे संरक्षण करण्यातही ते यशस्वी झाले.

सिद्दीशिवाय पोर्तुगीज व इंग्रज व सागरी सत्तांशीही महाराजांचे अनेक सागरी संघर्ष घडून आले. सागरसंचारासाठी आपल्याकडून 'परवाना' घेण्याचा आग्रह पोर्तुगीज धरीत असत. महाराजांनी आपल्या आरमारी सामर्थ्याच्या जोरावर पोर्तुगिजांचा हा दंडक उधळून लावला आणि भूमीप्रमाणे सागरही हिंदी लोकांच्या मालकीचा आहे, असे ठणकावून सिद्ध केले.

इंग्रज हे नेहमीच महाराजांशी दुटप्पीपणाने वागत आले होते. ते महाराजांशी वरवर मैत्रीचा देखावा करीत; पण आतून सिद्दींना साहाय्य करीत. शेवटी या इंग्रजांना अद्दल घडविण्यासाठी महाराजांनी आपल्या आरमाराच्या साहाय्याने मुंबईच्या तोंडावरच भर समुद्रात खांदेरी बेटावर किल्ला बांधण्याचे काम हाती घेतले, तेव्हा इंग्रजांचा तिळपापड होऊन त्यांचे आरमार मुंबई बंदरातून खांदेरीवर चालून आले; पण महाराजांचे आरमार आता इतके समर्थ बनले होते की, चालून आलेल्या इंग्रज आरमाराचा त्याने जबर पराभव केला. असा पराभव की, इंग्रजांना आपली जहाजे घेऊन जीव वाचविण्यासाठी मुंबईकडे पलायन करावे लागले. नव्यानेच स्थापन झालेल्या मराठी आरमाराकडून इंग्रजासारख्या युरोपियन आरमारी सत्तेचा पराभव व्हावा, ही गोष्ट सर्व युरोपियन राष्ट्रांना नामुष्कीची, तर सर्व हिंदुस्थानास मोठी अभिमानाची होती!

महाराजांची बसरूरची मोहीम

महाराजांनी भूमीवर अनेक मोहिमा काढल्या; पण त्यांची सागरावरील एकच मोहीम इतिहासाला ज्ञात आहे. ती म्हणजे सन १६६५सालची बेदनूरच्या राज्यातील बसरूर या बंदरावरील मोहीम. खासा महाराज

८५ जहाजे, चार हजार आरमारी सैनिक घेऊन समुद्रमार्गे बसरूरवर चाल करून गेले. सभासद या मोहिमेचे वर्णन करताना लिहितो,

"राजा खासा जहाजात बसून जाऊन बसनूरास एकाएकी दिवस उगवावयासी गेले. शहरचे लोक बेहुशार होते. एकाएकी जहाजांतून उतरले. शहर मारिले. एक दिवस शहर लुटून फन्ना केले."

महाराजांना तसे थोडे स्वास्थ व आयुष्य मिळाले असते तर अशा अनेक सागरी मोहिमा काढून त्यांनी भूमीप्रमाणे समुद्रावरही शत्रूचा नि:पात केला असता. डग्लस या युरोपियनाने या संदर्भात काढलेला उद्‌गार मोठा चिंत्य आहे. तो म्हणतो, "It was a great mercy that Shivaji was not a sea-man; otheriwse he mihgt have swept the sea as he did the land with the besom of destruction."

महाराजांची थोर कामगिरी

शिवछत्रपतींनी अश्वबळाच्या जोरावर भूमी जिंकून तिच्यावर आपले राज्य उभारले होते. आतापर्यंत हिंदुस्थानच्या सर्व सागरांवर पोर्तुगीज, सिद्दी, इंग्रज, डच, फ्रेंच, अरब या सत्ता आपली मालकी सांगत होत्या. पोर्तुगीज तर सर्व सागराचे धनी मानत होते. आमच्याच समुद्रावर संचार करण्यासाठी आम्हाला पोर्तुगीज सत्तेचा परवाना लागत असे. सारांश, भूमीप्रमाणे, समुद्रावरही आम्ही गुलामगिरीतच होतो. स्वतंत्र आरमारी सत्तेची स्थापना करून छत्रपती शिवाजी महाराजांनी ही गुलामगिरी तोडून टाकली.

हिंदू लोकांच्या मूर्ख समजुतींपैकी 'समुद्रपर्यटन-निषिद्ध' ही एक होती. शिवछत्रपतींनी या समजुतीला तिलांजली देऊन स्वतंत्र आरमार दलाची स्थापना केली. सागरावरही आपले स्वामित्व निर्माण केले. भूमीप्रमाणे सागरही स्वतंत्र केला. म्हणूनच सागरावर 'स्वराज्य' निर्माण करणाऱ्या या मराठा राजाचे वर्णन सुप्रसिद्ध शिवचरित्रकार डॉ. बाळकृष्ण यांनी :

'The Father of the Maratha Navy and Creator of the Indian Merchantile Marine' असे केले आहे.

❖

शिवछत्रपतींवरील एक खुनी हल्ला

स्वातंत्र्य ही काही शोभेची वस्तू नाही. ते प्राप्त करण्यासाठी शेकडोंना आत्मबलिदान करावे लागते. प्रत्यक्ष छत्रपती शिवाजी महाराजांनी आपल्या जीवनाला तृणप्राय लेखून 'स्वराज्यासाठी' म्हणजेच आपल्या लोकांच्या स्वातंत्र्यासाठी, तळहातावर शिर घेतले होते. या स्वातंत्र्यप्राप्तीच्या मार्गावर जाताना त्यांच्या आयुष्यात असे कित्येक प्रसंग आले की, तत्कालीन अनेकांना असे वाटले की केवळ भवानीमातेची कृपा त्यांच्यावर असल्याने ते बचावले! शिवचरित्राचे अध्ययन करीत असता अफझलखानाशी द्वंद्वयुद्ध खेळणारे महाराज, शाहिस्तेखानावर अचानक झडप घालणारे महाराज, औरंगजेबाच्या गुहेतून त्याला आव्हान देऊन सुखरूप निसटणारे महाराज असे कितीतरी प्रसंग आपल्या मन:चक्षूंसमोर येऊन जातात. या प्रत्येक प्रसंगात महाराजांनी आपल्या असामान्य धैर्याने व बुद्धिचातुर्याने प्रतिपक्षांवर मात केल्याचे दिसून येते! असाच एक त्यांच्या जिवावर बेतणारा प्रसंग, ते जेव्हा मोगलांची सुरत लुटण्यास गेले, तेव्हा घडून आला.

सुरतेची बेसुरत झाली

महाराजांनी शाहिस्तेखानासारख्या बड्या सरदाराची फटफजिती केल्यानंतर त्यांच्या नावाचा मोठा बोलबाला हिंदुस्थानभर झाला आणि मोगलांची मोठी बेइज्जत झाली. औरंगजेबाला दिलेली ही चपराक कमी वाटली म्हणून की काय त्यांनी बादशहाचे सुरतेसारखे अत्यंत श्रीमंत

शहर लुटून दुसरा दणका द्यायचे ठरविले. सुरतेच्या लुटीमुळे केवळ बादशहाच हादरून गेला असे नाही, तर हिंदुस्थानच्या किनाऱ्यावर व्यापार करणारे समस्त युरोपियन लोकही धास्तावून गेले. सुरत लुटीमागची महाराजांची अशी भूमिका होती की, बादशहाने मराठ्यांवर युद्ध लादले आहे, तेव्हा या युद्धाला तोंड देण्यासाठी त्यांना फौजा बाळगणे जरूर असून, त्यांचा खर्च पर्यायाने बादशहावर म्हणजे बादशाही मुलखावर पडतो. तो त्यांनी दिला पाहिजे. अर्थात हा खर्च महाराजांना आपल्या तलवारीचे पाणी बादशहाला दाखवूनच वसूल करायचा होता!

हिंदुस्थानच्या पश्चिम किनाऱ्यावर सुरतेसारखे संपन्न शहर व बंदर नव्हते. अनेक युरोपियनांच्या वखारी तिथे होत्या. मोगलांना सुरतेपासून केवळ जकातीचे उत्पन्न बारा लक्ष रुपये मिळत होते. सुरतेचे मोगलांच्या दृष्टीने आणखी एक महत्त्व होते, ते म्हणजे मक्का-मदिनेला हिंदुस्थानातून जाणारे प्रवासी याच बंदरातून जात असत. त्यामुळे औरंगजेबासारख्या धर्मनिष्ठ बादशहाचे या बंदरावर प्रेम असणे स्वाभाविकच होते.

सुरतेला जाण्यापूर्वी महाराजांनी आपल्या गुप्तहेरांकडून तेथील धनवानांची व त्यांच्या संपत्तीची बित्तंबातमी काढली होती. आपण दक्षिणेकडे स्वारीस जाणार, अशी हूल त्यांनी उठविली असल्याने त्यांच्या उत्तरेकडील मार्गावरील मोगल अंमलदार गाफील राहिले होते. अत्यंत गुप्तपणे चपळ हालचाली करून महाराज आपल्या निवडक फौजेनिशी माहुली-रामनगर मार्गे सुरतेच्या आसमंतात पोहोचले. सुरतकरांना महाराजांच्या आगमनाची वार्ता ते दहा मैल अंतरावर आल्यावरच समजली. लगेच दुसरे दिवशी ते सुरतेसमोर हजर झाले. ६ जानेवारी १६६४ पासून पुढे सतत पाच दिवस त्यांच्या सैनिकांनी सुरतेवर हल्ला करून ती लुटून घेतली. शेकडो घरांना त्यांनी आगी लावल्या. या अवधीत मोगलांची सुंदर सुरत बेसुरत होऊन गेली.

इनायतखान किल्ल्यात लपून बसला

महाराज सुरतेच्या जवळ आले आहेत, हे समजताच सुरतकरांचे धाबे दणाणले होते. आपली बायकामुले व नेता येईल ती चीजवस्तू बरोबर घेऊन प्रत्येक जण शहर सोडून पळू लागला होता. सुरतेचा प्रमुख मोगल अंमलदार इनायतखान यावर शहराच्या रक्षणाची जबाबदारी

होती; पण शहराच्या संरक्षणासाठी ठेवावयाच्या फौजेची रक्कम तो फस्त करीत असे. आता मराठे चालून आल्याचे समजताच तो गर्भगळित झाला. त्याच्याकडे सुरतेच्या संरक्षणाची काही तजवीज नव्हती. सुरतेला काही तटबंदीही नव्हती. अशा परिस्थितीत सुरतेच्या संरक्षणाची अथवा सुरतकरांच्या जीविताच्या रक्षणाची काही व्यवस्था करण्याऐवजी हा खान आपल्या बायकामुलांसह शहराच्या शेजारच्या किल्ल्यात आश्रयास गेला व किल्ल्याचे दरवाजे बंद करून कडेकोट बंदोबस्तात राहिला. सुरतेत जे धनिक होते, त्यांनी किल्लेदारास लाच देऊन किल्ल्यात प्रवेश मिळविला होता. आता सुरतेत युरोपियन व्यापारी व त्यांच्या आधारावर त्यांच्या वखारीभोवती राहिलेल्या लोकांशिवाय प्रत्येकाने पळ काढला होता.

खरे तर महाराजांना सुरत लुटण्याची हौस नव्हती; कारण हे चार-पाच दिवसांचे धोक्याचे काम होते. तसेच ते सर्वस्वी शत्रूच्या प्रदेशात होते. महाराजांनी शहर लुटण्यापूर्वी खानाकडे व शहरातील सय्यद बेग, बहरजी बोहरा प्रभृतींकडे आपला वकील पाठवून ५० लाखांच्या खंडणीची मागणी केली होती आणि त्यासाठी भेटीस येण्यास फर्मांविले होते; पण खान अथवा या व्यापाऱ्यांपैकी कोणीही महाराजांना भेटावयास आले नव्हते. तेव्हा शहर लुटण्याशिवाय त्यांच्यासमोर दुसरा पर्याय राहिला नव्हता.

खान ज्या किल्ल्यात लपून बसला होता, तेथून त्याने काही हालचाल करू नये म्हणून महाराजांनी आपल्या सैनिकांची एक तुकडी किल्ल्यावर हल्ला करण्यासाठी ठेवली होती. या तुकडीने किल्ल्यावर एकसारखे हल्ले चालू ठेवले होते. खानाने किल्ल्यातून त्यांच्यावर तोफा डागल्या; परंतु मराठ्यांचे काही नुकसान न होता सुरतेतील घरे मात्र जमीनदोस्त होऊ लागली.

महाराजांवर प्राणघातक हल्ला

तथापि, खानाने किल्ल्यातून काही युक्त्या लढविण्यास प्रारंभ केला. महाराज सुरतेस येऊन एक दिवस होऊन गेला होता. सुरत बेचिराख होत होती. धनवान लोकांचे वाडे मराठे खणून काढून संपत्ती बाहेर काढत होते. अशा परिस्थितीत खानाने आपला एक तरुण वकील

वाटाघाटीसाठी महाराजांकडे पाठविला. त्याने आपल्याबरोबर वाटाघाटीची जी कलमे आणली होती, ती महाराजांना थोडीसुद्धा पसंत पडली नाहीत. ते उद्‌गारले, "खानाची असली कलमे स्वीकारायला आम्ही काही बायका नाही आहोत!" तेव्हा तो वकील उसळून म्हणाला, "आम्हीही काही बायका नाही. मला तुमच्याशी काही बोलायचे आहे." असे म्हणत एकदम तलवार उपसून त्याने महाराजांवर झडप घातली; पण महाराजांचा अत्यंत दक्ष व चपळ असा शरीररक्षक त्यांच्या जवळ उभा होता. वकील धावून येत असता त्याने महाराज व वकील यांच्यामध्ये आपल्या तलवारीचा असा अचूक वार केला की, वकिलाची तलवार महाराजांपर्यंत पोहोचण्यापूर्वीच त्याचा हात वरच्या वर उडविला गेल; परंतु खुनी वकील इतक्या वेगाने महाराजांवर तुटून पडला होता की, त्याच्या धडकीबरोबर तेही खाली कोसळले. खुनी महाराजांच्या अंगावरच पडल्याने महाराज रक्ताच्या थारोळ्यात पडले आहेत, असे दृश्य दिसू लागले. मारेकऱ्याने महाराजांचा खून केला, ही वार्ता वाऱ्यासारखी मराठ्यांच्या लष्करात पसरली. तेव्हा सुडाच्या भावनेने पेटून उठलेल्या मराठ्यांनी सुरतेत जो सापडेल त्याची कत्तल करा, अशा आरोळ्या ठोकल्या आणि तलवारी सरसावून कत्तलीला सुरुवातही केली;

गुन्हेगारांना कडक शिक्षा

परंतु सुदैवाने महाराजांना फारशी दुखापत झाली नव्हती. त्यांनी वेळीच स्वत:ला सावरले आणि सुरतेमधील लोकांची कत्तल थांबवण्याचा आदेश दिला. त्याचबरोबर लष्कराच्या कैदेत असणाऱ्या सर्व गुन्हेगारांना व कैद्यांना समोर आणण्याचा हुकूम दिला. खुनी वकिलासह चौघा जणांची डोकी उडविण्यात आली आणि इतर चोवीस जणांचे हात तोडण्यात आले. इतर कैद्यांमध्ये मि. ॲन्थनी स्मिथ नावाचा एक इंग्रज कैदी होता. त्याचा हात तोडण्याची पाळी आली तेव्हा तो हिंदुस्थानी भाषेत खच्चून ओरडला, "एकपरी डोके उडवा; पण हात नको." त्याचे डोके उडविण्यासाठी मराठ्यांनी त्याची हॅट काढलीसुद्धा; परंतु महाराजांनी कसला तरी विचार करून त्याला जीवदान दिले व त्याची शिक्षा थांबवली. याच स्मिथने पुढे कैदेतून सुटका झाल्यानंतर हा प्रसंग

सविस्तर वर्णिला आहे.

आपल्या राजावर झालेल्या खुनी हल्ल्याने मराठे खवळून गेले होते. आता त्यांनी सुरतेतील सर्व घरांना आगी लावून दिल्या. घरे व वाडे जमीनदोस्त केले. सुरत खरोखरच बेसुरत दिसू लागली. आगी एवढ्या भयानक होत्या, की धुरांच्या लोटांमुळे दिवस रात्रीसारखा व रात्र दिवसासारखी वाटू लागली.

इनायतखानाचा सुरतकरांनी केलेला सत्कार

मोगली फौजा सुरतेच्या बचावाकरिता चालून येत आहेत, अशी बातमी लागताच महाराजांनी सुरतेची प्रचंड लूट बरोबर घेऊन त्याच रात्री (दिनांक १० जानेवारी, १६६४) कूच केले. महाराज निघून गेल्यावर एका आठवडाभराने मोगली सैन्य सुरतेला पोहोचले, तेव्हा हिंदुस्थानातील मोगली सत्तेच्या वैभवाचे चिन्ह असलेले ते शहर पूर्ण उद्ध्वस्त झाले होते. मोगली सैन्य आल्याचे समजताच इनायतखान किल्ल्यातून बाहेर पडला. सुरतकरांना त्याच्याबद्दल भयंकर चीड उत्पन्न झाली होती. त्यांनी त्याची निंदा करून त्याच्यावर शेणमारा केला. तेव्हा खानाच्या मुलाने चिडून जाऊन एका निरपराध बनियास ठार केले. मराठ्यांपुढे उभे राहू न शकणाऱ्यांनी एका गरीब बनियास ठार करावे, याचे युरोपियन व्यापाऱ्यांना मोठे आश्चर्य वाटले. त्यांनी आपल्या पत्रव्यवहारात इनायतखानाचा 'भित्रा व स्वार्थी' असा उल्लेख केलेला आढळतो.

अशा प्रकारे मराठ्यांच्या राजावरील प्राणसंकट एका शूर मराठा शरीररक्षकाच्या दक्षतेमुळे टळले. त्या मर्द मराठ्याने थोडा जरी गाफीलपणा केला असता तर हिंदवी स्वराज्याची स्वप्ने तेथेच विरून गेली असती. कोण होता बरे तो मर्द मराठा? English Records on Shivaji, (१६५९-१६८२) यावर आधारित.

❖

शिवछत्रपतींच्या राज्याभिषेकाचा अन्वयार्थ

शिवछत्रपतींचा राज्याभिषेक ही केवळ महाराष्ट्राच्याच नव्हे, तर अखिल हिंदुस्थानच्या दुष्टीने १७व्या शतकातील एक अनन्यसाधारण घटना होती. या घटनेने दक्षिणेतील मराठ्यांना 'राजा' मिळाला; पण असे राजे तर उत्तर हिंदुस्थानात विपुल होते. राजपुताना तर छोट्या-मोठ्या रजपूत राजेराजवाड्यांचे आगरच होते. हे सर्व जण स्वत:ला राजे-महाराजे म्हणूवन घेत होते. खुद्द महाराष्ट्रातही शिर्के, दळवी, मोरे, निंबाळकर अशी अनेक घराणी आपणास 'राजे' म्हणूवन घेत होती. त्यात मालोजी, शहाजी भोसल्यांचे घराणेही अपवाद नव्हते.

नावाचे राजे : पराभूत मानसिकता

पण ही 'राजे' मंडळी नावाचीच राजे होती. उत्तरेकडील सर्व राजे मोगल बादशहाचे एक तर मांडलिक होते अथवा त्याच्या लष्करात प्रत्यक्ष सेवा करणारे चाकर होते. दक्षिणेत तर या मराठी राजांना 'राजा' हा किताब निजामशहा अथवा आदिलशहा या सुलतानांनी बहाल केलेला होता. असा हा बहाल केलेला किताब मोठ्या इतमामाने धारण करून या ना त्या सुलतानाची चाकरी करण्यात ते धन्यता मानत होते आणि सुलतानाची सत्ता वाढविण्यासाठी एकमेकांचे रक्त रणांगणावर सांडत होते. ते मोठे पराक्रमी होते हे खरे; पण त्यांचा सारा पराक्रम सुलतानी सत्तेच्या संरक्षणासाठी व वाढीसाठी खर्ची पडत होता. खुद्द भोसल्यांच्या घराण्यातील मालोजीराजे व शहाजीराजे व जाधवांच्या

घराण्यातील लखुजीराजे ही तत्कालीन बोलकी उदाहरणे होती. अशा नामधारी राजांना आपण स्वत:च राज्यस्थापना करून स्वतंत्र राज्याचे अधिपती व्हावे, म्हणजे खरेखुरे राजपद निर्माण करावे असे वाटत नव्हते. नव्हे तसा आत्मविश्वास त्यांच्या ठिकाणी नव्हता. याचे खरे कारण त्यांची तशी पराभूत मानसिकताच त्यांच्या ठिकाणी निर्माण झाली होती.

पृथ्वी नि:क्षत्रिय सिद्धान्त

अशी मानसिकता निर्माण करण्याचे सर्वस्वी श्रेय आमच्याच समाजातील धर्मपंडितांकडे जाते. समाजाच्या धारणेसाठी जे स्वत:ला धर्मवेत्ते म्हणवून घेत होते, समाजाचे वैचारिक नेतृत्व करीत होते, त्यांनीच क्षत्रियांचे खच्चीकरण करण्यासाठी 'पृथ्वी नि:क्षत्रिय' सिद्धान्त शोधून काढला. परशुरामाने एकवीस वेळा पृथ्वी नि:क्षत्रिय केल्याचा फतवा त्यांनी जारी केला होता. पुढे याच पंडितांच्या वंशजांनी 'नंदान्तं क्षत्रियकुलम्' असा नवा शोध लावला. नंदाच्या अंताबरोबर सर्व क्षत्रिय समाजाचा अंत झाला, हे जर खरे, तर परशुरामाच्या एकवीस वेळच्या पृथ्वी नि:क्षत्रिय केल्याच्या पराक्रमाचे काय? एकदा पृथ्वी नि:क्षत्रिय केल्यावर पुन:पुन्हा ती नि:क्षत्रिय करण्याची गरज काय?

पण ज्यांनी आपली सर्व बुद्धीच गहाण टाकली होती, त्यांना असे विचारून काय फायदा? समाजाचे संरक्षण करण्याची जबाबदारी ज्या क्षत्रियांवर त्यांचे अस्तित्वच आमच्या धर्मपंडितांनी नाकारले. तेव्हा आता क्षत्रियच नसतील तर राजा निर्माण होणार कसा? आपला हिंदू समाजही असा विकलांग बनला होता की, धर्मपंडितांनी प्रतिपादन केलेला आत्मघातकी सिद्धान्त त्याने मुकाटपणे कबूल केला. गमतीची गोष्ट अशी की, याच पंडितांना मुसलमान बादशहा अथवा सुलतान 'राजा' झाल्याचे चालत होते. त्यांच्या विरुद्ध ते शब्दही उच्चारत नव्हते. ते क्षत्रिय की शूद्र, ते औरस की अनौरस अशी शंकाही ते घेत नव्हते. एवढेच नव्हे, त्याच्या चाकरीत राहून त्यांचे गोडवे गाण्यात ते धन्यता मानीत होते. शिवाजी महाराजांच्या राज्याभिषेकाचे महत्त्व या मानसिकतेच्या पार्श्वभूमीवर समजून घ्यायला हवे.

हिंदूंची ही पराभूत मानसिकता अनेक शतकांची होती. अनेक पिढ्यांच्या राजकीय गुलामगिरीबरोबर ही सांस्कृतिक व मानसिक गुलामगिरीही उत्पन्न झाली होती. शिवाजी महाराजांना स्वतंत्र राज्याची स्थापना करून

आपल्या लोकांची केवळ राजकीय गुलामगिरीच नव्हे, तर ही सांस्कृतिक व मानसिक गुलामगिरीही नष्ट करायची होती. रोग कित्येक पिढ्यांचा होता. त्याचे विष समाजपुरुषाच्या सर्व शरीरभर पसरले होते. त्यावर 'राज्याभिषेक' हीच रामबाण मात्रा होती;

राज्याभिषेक समयीचे प्रश्न

पण ही मात्रा देताना समाजातील तथाकथित धर्मपंडितांनी ती मुकाटपणे घेतली असे झालेले दिसत नाही. महाराष्ट्रातील पंडितांनी दोन प्रश्न निर्माण केले. या पृथ्वीवर क्षत्रियांचे अस्तित्व आहे काय? आणि असेलच तर शिवाजी राजे क्षत्रिय आहेत काय? महाराजांना या प्रश्नांचे उत्तर चार-पाच पंडितांची तलवारीने डोकी उडवूनही देता आले असते; पण ते मुत्सद्दी शासक होते. त्यांनी आपल्या पदरच्या शहाण्या माणसांचे एक शिष्टमंडळ राजस्थानमध्ये, जिथून महाराजांचे पूर्वज आले त्या उदयपूरकडे पाठविले आणि उदयपूरच्या राण्याकडूनच ते आपल्या कुलातील क्षत्रिय असल्याची अधिकृत वंशावळ त्यांनी आणवली;

पण एवढ्याने महाराष्ट्रातील पंडितांचे समाधान होणार नव्हते, याची महाराजांना पूर्ण कल्पना असल्यामुळे, त्यांना अखिल हिंदुस्थानातील पंडित लोकांचा मुकुटमणी समजल्या जाणाऱ्या काशीच्या गागाभट्टासच पाचारण करून, त्याजकडून महाराष्ट्रीय पंडितांची कानउघडणी केली. पंडितांच्या आत्मघातकी मूर्खपणाचा समाचार महाराजांनी गागाभट्टाकडूनच घेतला. गागाभट्टाचे मूळचे घराणे पैठणचे. पुढे काशीस जाऊन ते उच्च पदास पोहोचले. अशा घराण्यातील 'प्रतिव्यास'च समजल्या जाणाऱ्या गागाभट्टानेच पुढे होऊन राज्याभिषेकाची सर्व शास्त्रोक्त तयारी केली आणि रायगडावर हा 'राज्याभिषेक' घडवून आणला.

शिवराज्याभिषेकाचा सोहळा

राज्याभिषेकाची तयारी कित्येक महिने रायगडावर चालू होती. प्रथम महाराजांनी चिपळूण जवळच्या परशुरामाचे व प्रतापगडावरील तुळजाभवानीचे दर्शन घेतले. भवानीमातेस सव्वा मण सोन्याची छत्री अर्पण करून महाराज रायगडावर परतले. पुढे २९ मे १६७४ पासून दररोज विविध धार्मिक कार्यक्रम होत राहिले. मुख्य राज्याभिषेकाचा विधी ज्येष्ठ शुद्ध १२ रोजी

सुरू झाला व तो रात्रभर चालू राहून दुसरे दिवशी सूर्योदयास समाप्त झाला – (६ जून १६७४). या भव्य-दिव्य कार्यक्रमाच्या तपशिलात या छोट्या लेखात जाण्याचे प्रयोजन नाही. तथापि, या समारंभावर महाराजांनी सभासदाच्या म्हणण्यानुसार 'एक करोड बेचाळीस लक्ष होन' खर्च केला. या एका नोंदीवरून त्या समारंभाच्या भव्यतेची कल्पना यावी.

राज्याभिषेकाचे घटनात्मक महत्त्व

राज्याभिषेकाने हिंदवी स्वराज्याची घटना सिद्ध झाली. आतापर्यंत हे राज्य म्हणजे आदिलशाहीतील एका बंडखोर सरदाराने निर्माण केलेले राज्य आहे, अशाच नजरेने हिंदुस्थानातील इतर सत्ता, एवढेच काय महाराष्ट्रातील अनेक मराठी घराणी त्याकडे पाहत होती. आता राज्याभिषेकाने मराठ्यांच्या राज्याची हिंदवी स्वराज्याची विधिवत स्थापना झाली. एक प्रकारे त्याची धर्मसिद्ध प्राणप्रतिष्ठा होऊन कायदेशीर राज्यसंस्था निर्माण झाली. या राज्यास धार्मिक, सांस्कृतिक व राजकीय अधिष्ठान प्राप्त झाले. मराठ्यांचा हा अभिषिक्त राजा 'छत्रपती' म्हणून जाहीर झाला. डोईवर छत्र धारण करणारा हा राजा म्हणजे मराठ्यांचा स्वतंत्र व सार्वभौम सत्तेचे प्रतीक बनला.

दक्षिणेतील एका मराठी राजाने स्वत:ला राज्याभिषेक करवून 'स्वतंत्र व सार्वभौम' राजा म्हणून घोषित केले, ही घटना १७व्या शतकातील हिंदुस्थानात अभूतपूर्व होती. त्या काळी देशात फक्त मोगल बादशाहीच स्वतंत्र व सार्वभौम मानली जात होती. आता असेच एक स्वतंत्र व सार्वभौम राज्य मराठ्यांच्या रूपाने देशात निर्माण झाले. ही घटना सामान्य झाली नाही.

सभासदाने या घटनेचे अत्यंत समर्पक वर्णन केले आहे. तो म्हणतो, "या युगी सर्व पृथ्वीवर म्लेंच्छ बादशहा. मऱ्हाठा पातशहा येवढा छत्रपती जाला. ही गोष्ट काही सामान्य झाली नाही." आणि म्हणूनच औरंगजेबाला सर्वांत मोठा धोका या छोट्याशा राज्याकडून वाटत राहिला. पुढे तर सारी हयात या छोट्या राज्याशी झगडण्यात त्याला खर्च करावी लागली.

शिवछत्रपतींनी स्वतंत्र व सार्वभौम राज्याची निर्मिती केली, ही घटना आज आपणास साधी वाटत असली तरी १७व्या शतकात ही

कल्पना स्फुरणे व ती अमलात आणणे ही गोष्ट विस्मयजनक होती. जिथे हिंदू समाज अशा राज्याची कल्पनाही करू शकत नव्हता, तिथे या राजाने ती साकार केली, हे त्याचे महान कार्य होते.

आपल्या या असामान्य कामगिरीचे स्मरण आपल्या पुढच्या पिढीला सतत राहावे, म्हणून शिवछत्रपतींनी स्वत:चा राज्याभिषेक शक सुरू केला. स्वतंत्र नाणी पाडली; राज्यव्यवहार कोश तयार केला; नवी दंडनीती आचरणात आणली; नवे कानुजाबते तयार केले.

...आणि शेवटी मराठ्यांची शोकान्तिका

मराठेशाहीचे दुर्दैव असे की, ही स्वतंत्र व सार्वभौम राज्याची कल्पना शिवछत्रपतींनंतर पंचवीस वर्षे शाहू महाराजांच्या आगमनापर्यंत कशीबशी तग धरून राहिली. पुढे शाहू महाराज आले ते मोगल बादशाहीचे मांडलिक बनूनच आले. हिंदवी स्वराज्याच्या पायालाच सुरुंग लावून तो उद्ध्वस्त केला गेला. जिथे छत्रपतीच दिल्लीपतीचे चाकर बनले, तिथे छत्रपतींच्या चाकरांनी-पेशव्यांनी काहीतरी भव्य-दिव्य करून दाखवावे, अशी अपेक्षा करणे व्यर्थ होते.

पेशवाईत शिवाजी महाराजांच्या सर्व राजनीतीचे सर्वांनाच विस्मरण झाले. फक्त शिवाजी महाराजांनी हे राज्य स्थापले एवढीच जाणीव त्यांच्या ठिकाणी होती; पण या राज्याची स्थापना कोणत्या तत्त्वावर झाली, याचा त्यांना पूर्ण विसर पडला होता. इतका की पेशवाईतील सर्वांत शहाणा पुरुष व महान मुत्सद्दी गणला गेलेल्या नाना फडणीसाला राज्याभिषेकाच्या वेळी शिवाजी महाराजांनी सुरू केलेल्या 'राज्याभिषेक शकाची' काहीही गरज भासेनाशी झाली. म्हणून त्याने तो कायमचा बंदच करून टाकला. एवढेच नव्हे तर साताराच्या छत्रपतीस त्याने त्यांच्या राजवाड्यातच बंदी करून टाकले.

जे राज्यकर्ते पूर्वजांचा इतिहास विसरतात, त्यांना इतिहास कधीच क्षमा करत नाही. पेशवाईतील मराठी राज्यकर्ते शिवछत्रपतींचा इतिहास, त्यांची राजनीती व दंडनीती विसरले म्हणूनच त्यांचे राज्य लयाला गेले. ही खरी मराठेशाहीची शोकान्तिका आहे.

❖

शिवछत्रपती आणि मुंबईकर इंग्रज

मुंबईकर इंग्रज

शिवकालात गोव्याचे पोर्तुगीज व मुंबईचे इंग्रज हे स्वराज्याचे पश्चिम किनाऱ्यावरील युरोपियन शेजारी होते. त्या काळी मुंबई हे एक अत्यंत दुर्लक्षित असे ठिकाण होते आणि त्यावर पोर्तुगिजांची मालकी होती. सन १६६२ साली पोर्तुगीज राजाने आपली कन्या इंग्लंडच्या दुसऱ्या चार्ल्स राजास दिली व तिच्याबरोबर मुंबई बेटही आंदण म्हणून दिले. पुढे १६६८मध्ये चार्ल्स राजाने हे बेट ईस्ट इंडिया कंपनीस अवघ्या दहा पौंड नाममात्र भाड्याने देऊन टाकले. अशा प्रकारे मुंबईवर इंग्रज कंपनीचा अधिकार प्रस्थापित झाला.

पश्चिम किनाऱ्यावर सुरत हे सर्वांत भरभराटीस आलेले वैभवसंपन्न शहर होते. तेथील इंग्रजांची वखार हीच हिंदुस्थानातील पहिली व प्रमुख वखार होती. मुंबईची वखार ही सुरतकर इंग्रजांच्या आधिपत्याखाली होती. मुंबई बेटाचा व बंदराचा विकास पुढे होत गेला. मुंबईसारखे अप्रतिम बंदर आपण इंग्रजांना दिले, याचा पश्चात्ताप पोर्तुगिजांना पुढे अनेक वर्षे होत राहिला.

मुंबईकर इंग्रजांना खरा उपद्रव होत असे तो जंजिरेकर सिद्दीचा. नंतर शिवाजी महाराजांनी आरमार उभे केल्यावर मराठी आरमाराचा धोका त्यांच्यासमोर उभा राहिला. मग कधी सिद्दींशी मिळते घेऊन तर कधी मराठ्यांशी जमवून घेऊन त्यांनी मुंबई बेटावरील आपले अस्तित्व

टिकवून धरले. इंग्रज हे व्यापारी खरे; पण ते आरमारी सैनिकही होते. व्यापाराच्या वाढीसाठी व संरक्षणासाठी तलवार हाती घेऊन लढण्याचीही त्यांची तयारी असे. याचा अर्थ इंग्रज ही केवळ व्यापारी सत्ता नव्हती, तर ती लष्करी (आरमारी) सत्ताही होती.

'टोपीकर' वरकड सावकारासारखे नाहीत

आपल्याकडील व्यापारी (सरकार) वेगळे व हे युरोपियन (टोपीकर) व्यापारी वेगळे, याची जाण शिवाजी महाराजांना होती. महाराजांच्या तालमीत तयार झालेल्या रामचंद्रपंत अमात्य या शिवकालीन राजनीतिज्ञाने 'आज्ञापत्र' या नावाचा एक ग्रंथ रचला आहे. त्यामध्ये या 'टोपीकर साहुकारांचे' खरे स्वरूप उघड केलेले आहे. अमात्य म्हणतो :

"साहुकारांमध्ये फिरंगी (पोर्तुगीज), इंगरेज, वलंदेज (डच), फरासिस (फ्रेंच), डिंगमारादी (डॅनिश) टोपीकार हेही लोक सावकारी करीतात; परंतु ते वरकड सावकारासारिखे नव्हेत. त्यांचे खावंद प्रत्यक प्रत्यक राज्यच करितात. त्यांचे हुकमाने त्यांचे होत्साते (होऊन) हे लोक या प्रांती सावकारीस येतात. राज्य करणारास स्थललोभ नाही, यैसे काय घडो पाहते? तथापि या प्रांते प्रवेश करावा, राज्य वाढवावे, स्वमत प्रतिष्ठावे हा टोपीकारांचा पूर्ण अभिमान. तदनुरूप स्थलोस्थली कृतकार्यही जाले आहेत. त्याहीवरी (ही) हटी जात. हातास आले स्थल मेलियाने सोडावयाचे नव्हेत." या अर्थी शिवकालीन मराठी राजनीतिज्ञांना युरोपियन व्यापाऱ्यांचे खरे अंतरंग कळले होते. एकदा का एखादे स्थळ हाती आले तरी ते मेले तरी सोडणार नाहीत, हे विधान पुढे हिंदुस्थानच्या इतिहासात अनेकदा सिद्ध झाले आहे.

इंग्रजांनी केलेली पहिली आगळीक

अफझलखानाच्या वधानंतर महाराजांनी कोकणातील दाभोळ वगैरे प्रदेश जिंकला, तेव्हा तेथील आदिलशाही अधिकारी आपल्या जहाजांत बसून पळून गेले. त्यांना राजापूरच्या इंग्रज वखारवाल्यांनी आश्रय दिला. पुढच्या साली म्हणजे १६६०मध्ये सिद्दी जोहरने पन्हाळ्यास वेढा दिला. यावेळी राजापूरकर इंग्रजांनी त्याच्या फौजेस दारूगोळा पुरविला. एवढेच नव्हे तर घाट चढून ते जोहरच्या फौजेत आले आणि

आपले निशाण उभारून त्यांनी पन्हाळगडावर तोफांची मारागिरी केली.

महाराज, इंग्रजांच्या या उद्दामपणास क्षमा करणारे नव्हते. त्यांनी दुसऱ्याच वर्षी राजापूरवर चार हजार सैन्य पाठवून इंग्रजांची वखार पूर्णपणे लुटली आणि तेथील चार इंग्रज अधिकाऱ्यांना कैद करून रायगडावर आणून डांबले. आपणच केलेल्या आगळिकीची ही फळे आहेत, हे लक्षात येताच मुंबईकर इंग्रजांनी महाराजांकडे कैद्यांच्या सुटकेविषयी व राजापूरच्या वखारीच्या नुकसान भरपाईविषयी आर्जवे करणारा पत्रव्यवहार सुरू केला. परिणामी, महाराजांनी कैद्यांना मुक्त केले; पण नुकसान भरपाईच्या मागणीस फारशी दाद दिली नाही. पुढे ते नुकसान भरपाईचे घोंगडे बरीच वर्षे भिजत पडले.

दरम्यान, कर्नाटकातील हुबळीची, तर खानदेशातील धरणगावची वखार मराठी सैन्यानी लुटल्याच्या वार्ता मुंबईकरांच्या कानावर पडल्या, तेव्हा त्यांच्या नुकसान भरपाईचाही प्रश्न निर्माण झाला. मग त्यासाठी मुंबईकरांनी आपले वकील रायगडावर पाठविले. त्यासंबंधी वाटाघाटी चालू असतानाचा १६७४ साली राज्याभिषेक प्रसंगी इंग्रजांचा आक्झिंडेन हा वकील उपस्थित राहिला होता, ही इतिहासातील प्रसिद्ध घटना आहे. त्या वेळी इंग्रजांचा मराठ्यांशी जो करार झाला त्या अन्वये त्यांना मराठी राज्यात व्यापार करण्याची परवानगी मिळाली. इंग्रजांनी राजापुरास आपली वखार पुन्हा स्थापन केली. या सर्व घटनांचे तपशील सांगणारा प्रचंड पत्रव्यवहार इंग्रज दप्तरात उपलब्ध आहे.

महाराजांची तोफांची मागणी

दरम्यान, महाराजांनी मोगलांची सुरत प्रथम सन १६६४मध्ये व नंतर १६७०मध्ये अशी दोनदा लुटली. दोन्ही लुटींच्या प्रसंगी इंग्रजांशी मराठ्यांच्या किरकोळ चकमकी झाल्या; पण मराठ्यांनी त्यांच्या वखारीवर हल्ले केले नाहीत. त्यामागची अनेक कारणे होती; पण एक महत्त्वाचे कारण म्हणजे महाराजांना इंग्रजांकडून आरमारी तोफा व दारूगोळा हवा होता. युरोपियनांचे तोफानिर्मितीचे तंत्रज्ञान प्रगत होते. विशेषतः आरमारावरील पितळी तोफा त्यांना सिद्दींचा जंजिरा घेण्यासाठी हव्या होत्या. म्हणून नुकसान भरपाईच्या वाटाघाटीच्या प्रत्येक वेळी महाराज ही आपली मागणी पुढे करताना दिसतात.

मुंबईकर इंग्रजांनी एकदा महाराजांची मागणी अंशतः मान्य करून दहा तोफा द्यायचे ठरविले; पण त्यांच्या या निर्णयाला सुरतकरांची मान्यता पाहिजे होती. सुरतकरांनी त्यांना कळविले : 'आमचे मत असे आहे की, अशा कृत्याने औरंगजेब बादशहाला घुस्सा येईल. फ्रेंचांनी शिवाजीला दारूगोळा पुरविल्याद्दल त्याच्या दरबारकडे तक्रारी गेल्या आहेतच. शिवाजीला आपण युद्धसामग्री पुरविली तर त्यास वैषम्य वाटणारच... पितळी तोफांचा समुद्रावर चांगला मारा होतो. यासाठी खर्च मोठा लागत असला तरी शिवाजी अशा तोफांचा मालक होणे हे आम्हास लाज आणणारे आहे.' सुरतकरांची अशी ताकीद मिळाल्यावर मुंबईकरांचा तोफा देण्याचा निर्णय रद्द झाला.

तथापि, एक धोरण म्हणून इंग्रजांनी महाराजांना कधी स्पष्ट होकार अथवा स्पष्ट नकार दिलेला नव्हता. ते महाराजांना त्यांच्या मागणीबाबत झुलवीत राहिले आणि महाराजांनी त्यांना त्यांच्या नुकसान भरपाईच्या मागणीबाबत झुलवीत ठेवले, अशी ही उभय पक्षांची राजनीती होती.

खांदेरीवर मराठ्यांचा ताबा

जंजिर्‍याचे सिद्दी हे मराठ्यांचे हाडवैरी. त्यांचा जंजिरा घेण्यासाठी महाराजांनी मोठे प्रयत्न केले; पण त्यात त्यांना यश आले नव्हते. शेवटी जंजिरेकरांवर व त्याला मदत करणार्‍या मुंबईकरांवर कायमचा दबाव उत्पन्न करण्यासाठी महाराजांनी एक धाडसी पाऊल उचलले. मुंबई बंदराच्या तोंडावर असणाऱ्या खांदेरी-उंदेरी या जुळ्या बेटांपैकी खांदेरीवर किल्ला बांधण्याचा त्यांनी निर्णय घेतला. हा एक प्रकारे जंजिरा व मुंबई या दोन्ही आरमारी स्थळांना शह होता.

सन १६७९च्या ऑगस्टात महाराजांनी खांदेरीवर आपली माणसे पाठवून किल्ल्याच्या तटबंदीच्या बांधकामास प्रारंभ केला. बांधकामासाठी कल्याण-चौल सुभ्यांतून एक लाख होनांची तरतूदही केली. महाराजांचा आरमारी सुभेदार माय नायक याच्या नेतृत्वाखाली खांदेरीवर तटबंदी उभी राहू लागली. हे वृत्त मुंबईकर इंग्रजांना समजताच त्यांना धक्का बसला. मराठे खांदेरी ताब्यात घेऊन तेथे किल्ला बांधतील, असे त्यांना स्वप्नातही वाटले नव्हते. तेव्हा खांदेरी हे बेट आपल्या मालकीचे असून, मराठ्यांनी ते ताबडतोब सोडून जावे, अशी त्यांनी मागणी केली; पण

बेटावरच्या मराठ्यांनी ''महाराजांची आज्ञा होत नाही तोवर आम्ही बेटावरून जाणार नाही,'' असा सडेतोड जबाब दिला. खांदेरीवर मराठ्यांचा किल्ला उभा राहिला, तर मुंबई बंदरात येणारे व जाणारे प्रत्येक जहाज खांदेरीवरील मराठ्यांच्या दृष्टिक्षेपात येणार होते. नेमकी हीच गोष्ट मुंबईकरांना धोक्याची वाटत होती. मुंबईकरांची टेहळणी करण्यास खांदेरीसारखी उत्कृष्ट जागा नव्हती. महाराजांनी हे अचूकपणे हेरून तेथे किल्ला बांधण्याचा निश्चय पक्का केला.

खरे तर खांदेरीवर इंग्रजांची कधीच मालकी नव्हती. सुरतकरांनी लिहिलेल्या एका पत्रात मुंबईकर म्हणतात : ''एकदा का शिवाजीला या बेटावर किल्ला बांधून दिला म्हणजे मग त्याच्या हातून तो घेणे मुश्किलीचे होऊन बसेल; परंतु आताच ते बेट आमच्याच मालकीचे असल्याबद्दल जोराने प्रतिपादन केल्यास व त्याला विरोध करण्याचा निश्चय दाखविल्यास शिवाजी आपल्या बेतापासून परावृत्त होईल.''

इंग्रजांचा खांदेरीवर हल्ला

१८ सप्टेंबर, १६७९ रोजी मुंबईकर इंग्रजांनी खांदेरीवर पहिला हल्ला चढविला; पण तो बेटावरच्या बहादूर मराठ्यांनी परतवून लावला. त्यात चार इंग्रज ठार झाले. अनेक कैद झाले. तथापि, या अपयशाने खचून न जाता मुंबईकरांनी कॅ.केग्विन याच्या नेतृत्वाखाली दोनशे आरमारी सैनिकांची तुकडी खांदेरीला वेढा घालण्यासाठी पाठविली. या मोहिमेत इंग्रज आरमारात एक फ्रिगेट, दोन गुलाब, तीन शिबाडे व दोन मचवे होते. इंग्रजांचा हा वेढा उधळून लावण्यासाठी महाराजांनी आपला आरमारप्रमुख दौलतखान यास आरमारी ताफ्यासह धाडले. उभयपक्षी समुद्रावर चकमकी सुरू झाल्या. एवढ्यात जंजिरेकर सिद्दी आपले आरमार घेऊन इंग्रजांच्या मदतीस आले. तेव्हा मराठ्यांच्या आरमाराने नागावच्या खाडीत आश्रय घेतला आणि तेथून बेटावर रसद पाठविण्यास सुरुवात केली. ही रसद इंग्रज-सिद्दी यांच्या संयुक्त आरमारास बंद पाडता आली नाही. परिणामी, बेटावरच्या मराठ्यांनी शत्रूशी यशस्वी प्रतिकार चालू ठेवला.

आता खांदेरी घेण्यात इंग्रजांचे मनुष्यबळ व साधनसामग्री दिवसेंदिवस खर्ची पडू लागली. नवीन सैनिक मिळणे अवघड होऊन बसले. सिद्दी

मदतीस आले होते खरे; पण त्यांचीही इंग्रजांना भीती वाटत होती. सिद्दी म्हणत होते की, आपण बेट जिंकून देतो. तथापि, इंग्रजांचा त्यांच्यावर विश्वास नव्हता. न जाणो सिद्दीच हे बेट बळकावून बसले तर त्यांचे काय घ्या, असे त्यांना वाटत होते.

इंग्रजांची खांदेरीपुढे माघार

या पार्श्वभूमीवर सुरतकरांनी मुंबईकरांना युद्ध थांबवून वेढा उठविण्याचा आदेश दिला. या संदर्भात सुरतकरांनी केलेल्या ठरावात म्हटले होते, "आम्ही शिवाजीशी फार काळ टक्कर देऊ शकू असे आम्हास वाटत नाही. शिवाय चिडून जाऊन खुद्द मुंबई बेटावरच तो सैन्य घेऊन उतरला, तर आम्हाला मुंबईचे संरक्षण करता येईल की कसे, याची शंकाच आहे. पाऊस चालू होताच आमची गलबते परत न्यावी लागतील." या ठरावात पुढे असेही म्हटले होते की, भावी काळात शिवाजीशी लढण्याची जबाबदारी सिद्दी अथवा पोर्तुगीज यांच्या गळ्यात बांधता आली तर बरे होईल.

मुंबईवरील हल्ल्याची तयारी महाराजांनी चालविली होती, हे खरे होते. कल्याण-भिवंडीजवळ त्यांनी चार हजार सैन्याची जमवाजमव सुरू केली होती. त्याच्या वार्ता मुंबईत पोहोचल्या होत्या. त्यामुळे मुंबईकरांचे धाबे दणाणले होते. खांदेरीपुढील इंग्रजांचे माघारीचे खरे कारण महाराजांनी केलेली युद्धाची व्यूहरचना हे होते.

शेवटी, उभयपक्षी वाटाघाटी होऊन जानेवारी १६८०मध्ये मराठा-इंग्रज तह घडून आला. त्या अन्वये इंग्रजांनी खांदेरीवरील मराठ्यांची मालकी मान्य केली. तसेच खांदेरीपुढील आरमार माघारी बोलविण्याचे व सिद्दींशी कोणत्याही प्रकारचे सहकार्य न करण्याचे त्यांनी आश्वासन दिले.

मराठा-इंग्रज संबंधाचे सिंहावलोकन

शिवछत्रपतींच्या कारकिर्दीतील मराठा-इंग्रज संबंधांच्या अभ्यासातून काही निष्कर्ष आपल्या हाती येतात. त्यातील पहिला म्हणजे मोगल किंवा जंजिरेकर सिद्दी यांच्याप्रमाणे इंग्रजांना महाराज १०० टक्के शत्रू समजत नव्हते. म्हणून तर त्यांनी सुरत लुटींच्या वेळी सबुरीचे धोरण

स्वीकारलेले दिसते. हजारो मैलांवरून हिंदुस्थानच्या किनाऱ्यावर येणारे इंग्रज हे हुन्नरबाज व्यापारी असून, त्यांच्याकडे दारूगोळ्याचे प्रगत तंत्रज्ञान आहे, याची त्यांना जाणीव होती. म्हणूनच त्यांच्याकडून आरमारी तोफा मिळाव्यात, दारूगोळा मिळावा यासाठी त्यांचे सतत प्रयत्न चाललेले दिसतात. हे प्रयत्न इंग्रजांच्या बनेल राजनीतीमुळे यशस्वी झाले नाहीत, हे खरे; पण महाराजांना मात्र शेवटपर्यंत तशी आशा वाटत असावी.

दुसरे म्हणजे इंग्रज आपल्या लष्करी सामर्थ्याने अखिल हिंदुस्थान जिंकून घेतील आणि या खंडप्राय देशाचे स्वामी होतील, याची कल्पना त्या काळी कुणालाच नव्हती. तसे वाटण्यासारखे त्यांचे सामर्थ्यही नव्हते. त्या काळी मोगल साम्राज्य उत्कर्ष बिंदूस पोहोचले होते. तेव्हा सर्व एतद्देशीय लोकांचा इंग्रजांकडे बघण्याचा दृष्टिकोन ते एक व्यापारी असाच होता. त्यामुळे त्यांनी आपल्या राज्यात वखारी घालाव्यात, आपल्या राज्यातील व्यापार वाढावा, त्यातून आपले जकातीचे उत्पन्न वाढावे आणि एकूणच आर्थिक समृद्धीस हातभार लागावा, असे महाराजांचे धोरण होते. तथापि, हे 'टोपीकर' व्यापारी म्हणजे आपल्याकडील बनियांप्रमाणे निरुपद्रवी नसून, प्रसंगी उपद्रव निर्माण करणारे आहेत, याचीही जाणीव त्यांच्याकडे होती. म्हणूनच त्यांच्याशी वागताना केव्हा गरम तर केव्हा नरम धोरण महाराजांनी स्वीकारले होते, हाच शिवचरित्रामधील इंग्रज प्रकरणाचा अन्वयार्थ मानावा लागेल.

आधार ग्रंथ

१. शिवकालीन पत्रसारसंग्रह

२. रामचंद्रपंत अमात्यकृत आज्ञापत्र

३. मुंबई नगरी - प्रा. न. र. फाटक

शिवछत्रपतींचा सेनापती : हंबीरराव मोहिते

शिवशाहीच्या उदयापूर्वी महाराष्ट्रात निंबाळकर, मोरे, मोहिते, घाटगे, महाडीक, घोरपडे, सुर्वे, शिर्के, राणे, सावंत इत्यादी अनेक क्षत्रिय मराठा घराणी आपल्या पराक्रमाने निजामशाही व आदिलशाही दरबारात नावलौकिकास चढली होती. कऱ्हाडजवळच्या वसंतगड किल्ल्याच्या पायथ्याशी असणारे तळबीड गावचे मोहिते अशाच प्रकारे निजामशाहीत लष्करी सेवा करून प्रसिद्धीस आले होते. पुढे या घराण्याचा छत्रपतींच्या भोसले घराण्याशी नात्यागोत्याचा व सेवाचाकरीचा संबंध आला. याच घराण्यात शिवशाहीतील प्रसिद्ध सेनापती हंबीरराव मोहिते याचा उदय झाला. छत्रपती शिवाजी महाराजांच्या हिंदवी स्वराज्य-स्थापनेच्या कार्याने ज्या अनेक व्यक्ती आपल्या शौर्याने व स्वामिभक्तीने मराठ्यांच्या इतिहासात अजरामर झाल्या, त्यामध्ये हंबीरराव मोहित्याचे नाव अग्रक्रमाने घ्यावे लागेल.

मोहिते घराण्याची शौर्यशाली परंपरा

हंबीररावाचा पणजोबा रतोजी मोहिते हा अहमदनगरच्या निजामशाहीत लष्करी सेवा बजावीत होता. सन १५८४ साली निजामशाहीत उद्भवलेली बंडाळी त्याने मोडून टाकली, तेव्हा निजामशहाने त्यास 'बाजी' हा किताब बहाल करून त्याचा मोठा सन्मान केला. तेव्हापासून त्याचे वंशज स्वतःला 'बाजी मोहिते' म्हणवून घेऊ लागले. रतोजीचा पुत्र तुकोजी मोहिते याने तळबीडची पाटीलकी हस्तगत केली, तेव्हापासून

मोहिते मंडळी तळबीडचे रहिवासी बनले. या रतोजीस तीन अपत्ये झाली– संभाजी, धारोजी व कन्या तुकाबाई. यापैकी संभाजीचे लग्न घाटगे घराण्यातील मुलीशी तर धारोजीचे लग्न घोरपडे घराण्यातील मुलीशी झाले. घाटगे व घोरपडे हे दोघेही आदिलशाही सरदार होते. त्यांनी आपल्या जामातांना – संभाजी व धारोजी यांना – आदिलशाही दरबारात रुजू केले. लवकरच दक्षिणेत एक महत्त्वाची घटना घडली. निजामशाही दरबारातील पराक्रमी सरदार शहाजीराजे भोसले त्या शाहीवर रुसून आदिलशाही दरबाराकडे आले. आदिलशहाने त्यांचा मोठा सन्मान करून त्यांना 'सरलष्कर' ही पदवी व आपल्या वतीने पुणे प्रांताची जहागीर बहाल केली! आदिलशाहीच्या वतीने पुणे प्रांतावर आपला अंमल बसवीत असता निजामशाही सेनानी साबाजी अनंत याच्याशी शहाजीराजांची सालप्याच्या घाटात लढाई झाली. या लढाईत शहाजीराजांच्या सोबत असणाऱ्या संभाजी व धारोजी या मोहिते बंधूंनी मोठे शौर्य गाजविले. स्वाभाविकच राजांची त्यांच्यावर मर्जी बसली. लवकरच या मोहिते बंधूंनी आपल्या बहिणीचा – तुकाबाईचा – शहाजीराजांशी विवाह घडवून आणला आणि अशा प्रकारे ते राजांचे मेहुणेच बनले! आता राजांनी आदिलशहाला खास विनंती करून या बंधूंना कार्यात तळबीड व बालाघाटची देशमुखी मिळवून दिली – (सन १६२६).

संभाजी व धारोजी हे मोठे पराक्रमी सेनानी होते. त्यांच्या पराक्रमाचे वेळोवेळी आदिलशहाने केलेले कौतुक अनेक आदिलशाही फर्मानांत पाहावयास मिळते. तळबीडकर मोहित्यांची ही फर्माने प्रसिद्ध इतिहास संशोधक डॉ. आप्पासाहेब पवार यांनी 'ताराबाईकालीन कागदपत्रे' खंड १मध्ये प्रकाशित केली आहेत. ती मुळातून वाचावयास हवीत. पुढे लवकरच संभाजी मोहित्यास शहाजीराजांनी सुपे परगण्याचा सरहवालदार म्हणून नेमले. शिवाजी महाराजांनी स्वराज्याचा उद्योग सुरू केल्यावर या मामाची अडचण उपस्थित झाली; तेव्हा त्यास शिमग्याच्या सणाच्या वेळी पोस्त मागण्याच्या बहाण्याने महाराजांनी कैद केल्याची कथा प्रसिद्धच आहे. पुढे संभाजी कर्नाटकात गेलेला दिसतो. शिवाजी महाराजांशीही त्याचे संबंध सुरळीत झाले. हंबीरराव हा या संभाजीचा पुत्र. संभाजीस सोयराबाई व अण्णूबाई या दोन कन्या - सोयराबाई शिवाजी राजास तर

अण्णूबाई व्यंकोजीराजास दिली. हंबीररावाने आपली कन्या ताराबाई पुढे राजाराम महाराजांना दिली. असे हे भोसले-मोहित्यांचे घनिष्ट संबंध शिवशाहीत निर्माण झाले होते.[१]

हंबीरराव मोहिते यास 'सरनौबती'

राज्याभिषेकापूर्वी आदिलशाही सरदार बहलोलखान याच्याशी झालेल्या लढाईत सेनापती प्रतापराव गुजर धारातीर्थी पडला व त्यानंतर त्याच्या रिक्त जागी शिवाजी महाराजांनी आपल्या लष्करातील हंबीरराव मोहिते या उमद्या सेनानीस नियुक्त केले, ही घटना इतिहासप्रसिद्धच आहे. प्रतापराव पडल्याची वार्ता कळताच त्याच्या फौजेत असणाऱ्या हंबीररावाने आपल्या लोकात हिंमत निर्माण करून तो शत्रूवर तुटून पडला आणि त्याने शत्रूची दाणादाण उडवून त्यास विजापूरपर्यंत पिटाळून लावले, असे सांगून मल्हार रामराव चिटणीस हा बखरकार लिहितो :

"सर्व सांभाळून महाराजांचे प्रतापे रायगडी आले. महाराजांनी वस्त्रेभूषणे देऊन फारच नावाजीस करून 'हंबिरी' केली म्हणोन 'हंबीरराव' ऐसा किताब दिल्हा आणि सरनौबती त्यांजलाच करार करून वस्त्रे दिल्ही.'[२] तथापि, शिवाजी महाराजांनी हंबीररावास सरनौबतीची वस्त्रे रायगडी न देता ती चिपळूण येथे एका लष्करी मेळाव्यात दिल्याची माहिती जेधे शकावलीत मिळते;[३] व तीच अधिक ग्राह्य मानावी लागेल.

असे दिसते की, शिवाजी महाराजांनी आपल्या लष्करातील प्रमुख अधिकाऱ्यांना चिपळूण जवळच्या श्री क्षेत्र परशुराम येथे बोलावून त्यांच्यामधून आपल्या कसोटीला उतरेल अशाच सेनानीस आपला सेनापती म्हणून निवडले. बहलोलखानाविरुद्ध हंबीररावाने केलेला पराक्रम महाराजांसमोर होताच; पण सेनापती केवळ शूर व धाडसी असून भागत नाही, तर तो 'शहाणा व सबुरीचा' असावा लागतो. विशेषत: बहलोलखानाच्या लढाईत प्रतापरावाचे जे आततताईपणाचे वर्तन घडले, त्यानंतर ही गोष्ट महाराजांना प्रकर्षाने जाणवली असेल. हंबीररावाची कोणत्या गुणांवर महाराजांनी निवड केली, हे सभासदाने फार मार्मिक शब्दांत सांगितले आहे :

'बरा, शहाणा, मर्दाना, सबुरीचा, चौकस, शिपाई मोठा धारकरी पाहून त्यास 'हंबीरराव' नाव किताबती देऊन सरनोबती सांगितली. कुल

लष्कराचा गाहा करून हंबीरराव यांचे ताबीज दिधले.'[४] सभासदाने हंबीररावाविषयी वापरलेली शहाणा, मर्दाना पण सबुरीचा अशी विशेषणे त्याची शिवकालातील जनमानसातील प्रतिमाच उभी करतात.

राज्याभिषेकप्रसंगी सन्मान

लवकरच शिवाजी महाराजांनी आपला राज्याभिषेक रायगडावर घडवून आणला. छत्रपतींच्या रूपाने मराठ्यांनी 'पातशहा' निर्माण केला. महाराष्ट्राच्या इतिहासातील हा महन्मंगल क्षण. या प्रसंगी महाराजांनी आपल्या अष्टप्रधान मंडळाची विधिवत स्थापना केली. त्यांची पूर्वीची फारसी नावे बदलून त्यांना 'मऱ्हाटी' नावे बहाल केली. पेशवा आता 'मुख्य प्रधान' बनला; त्याचप्रमाणे सरनोबत हा नव्या हिंदवी स्वराज्याचा पहिला 'सेनापती' झाला. प्रत्यक्ष सिंहासनारोहण प्रसंगी अष्ट दिशांना अष्टप्रधान उभे राहिले होते. या वेळची सभासदाने जी यादी दिली आहे, तिच्यात सेनापतीस मुख्य प्रधानाच्या बरोबरीचा दर्जा दिला आहे.[५] मल्हार रामराव चिटणीसही मुख्य प्रधानानंतर लगेच सेनापतीचे नाव घेतो. तो म्हणतो,

'संभाजी महाराज समीप बसले. पूर्वेस मुख्य प्रधान ब्राह्मण ते मोरोपंडित प्रधान पिंगळे हाती सुवर्णकलश धृतपूरित घेऊन उभा राहिले. दक्षिणेस क्षत्रिय प्रधान असावे ते सेनापती हंसाजी हंबीरराव मोहिते रौप्यकलश दुग्धपूर्ण घेऊन उभे राहिले...'[६]

सिंहासनारोहणानंतर राज्यातील प्रधानादींचा दरबारच्या वतीने सन्मान करण्यात आला. चिटणीस लिहितो, "मुख्य प्रधान यास व सेनापती यांस बादली वस्त्रे, पाच सनगे व शिरपेच, मोत्याचे तुरे, कंठ्या, चौकडे, जगा, शिकेकटारा व ढाल-तरवार व चौघडे-नौबती व जरीपटके, हत्ती, घोडे व सोन्याच्या दांडीच्या चवऱ्या याप्रमाणे देऊन पदे करारपत्रे करून दिल्ही."[७]

बहादुरखान, दिलेरखानादींना नजरेत धरले नाही

राज्याभिषेक प्रसंगी मोगल व आदिलशहा या दोन्ही सत्तांशी मराठ्यांचा संघर्ष चालूच होता. राज्याभिषेकानंतर दसऱ्याच्या मुहूर्तावर मराठी लष्कर मुलूखगिरीसाठी मोहिमेवर बाहेर पडले. येथून पुढे सुमारे

दोन वर्षे मराठी फौजा मोगली व आदिलशाही प्रदेशांत एकसारखा धुमाकूळ घालत होत्या. पेडगावी छावणी करून राहिलेल्या, मोगली सुभेदार बहादुरखानाच्या छावणीवर याच काळात मराठ्यांनी छापा टाकला. याच काळात खानदेशातीलही मोगलांची प्रसिद्ध बाजारपेठ धरणगाव लुटली. बुऱ्हाणपूरपर्यंतचा मोगली मुलूख मराठ्यांनी हैराण केला.

या कालातील हंबीररावाची कामगिरी वर्णन करताना सभासद म्हणतो, 'राजियांनी आपले लष्करास हुकूम करून हंबीरराव सरनोबत फौज घेऊन मोंगलाईत शिरले. खानदेश, बागलाण, गुजरात, अमदाबाद, बऱ्हाणपूर, वऱ्हाड, माहूर, वरकड देश नर्मदपावेतो देखील जालनापूर या देशात स्वारी करून मुलूख मारून खंडणी करून जप्त केला. मालमत्ता अगणित जमा करून चालिले. तो बहादुरखान यांनी कुल जमाव घेऊन हंबीररायाचे पाठीवर चालून आले. राजियाची फौज तोलदार गाठली. मोंगल बहुत धास्तीने घाबरा होऊन सात-आठ गावांचे अंतराने चालिला. दिलेरखान उतावळा होऊन फौजेशी गाठ घातली. हंबीरराव यांनी नजरेत धरला नाही. तोलदारीने मत्ता घेऊन आपले देशास आले. मालमत्ता राजियास दिली.'८

हुसेनखान मियाणाचा जबरदस्त पाडाव

राज्याभिषेकानंतर काही कालाने शिवाजी महाराजांनी कर्नाटक मोहिमेची तयारी सुरू केली. कर्नाटकात स्वराज्य स्थापन करण्याचा त्यांचा इरादा होता, त्यानुसार त्यांनी सन १६७६च्या अखेरीस कर्नाटक मोहिमेवर प्रस्थान ठेवले. तत्पूर्वी त्यांनी कृष्णा-तुंगभद्रा यांच्या दरम्यान असलेला आदिलशाही प्रदेश काबीज करण्यासाठी आपल्या फौजेचा एक भाग सेनापती हंबीरराव मोहित्याच्या नेतृत्वाखाली धाडला. या प्रदेशातील किल्ले कोप्पल येथे हुसेनखान मियाणा हा आदिलशाही पठाण सरदार कजाखीने व जुलमाने कारभार करीत होता. त्याच्या जाचाखाली हिंदू लोक भरडले जात होते. या जाचातून आपणास मुक्त करावे म्हणून तेथील लोकांनी महाराजांना हाक दिली होती. महाराजांनी त्यास प्रतिसाद देऊन आपल्या सेनापतीसच त्या खानाचा समाचार घेण्यास पाठविले होते.

कर्नाटकातील येलबुर्गाजवळ हुसेनखान हंबीररावावर चालून आला. त्या प्रसंगी हंबीररावाने आपल्या तलवारीची कशी शर्थ केली याचे बहारदार वर्णन उपलब्ध आहे – ''मियाना शरीरेकरून जबर. कजाखही विशेष. हंबीररावाजवळ सरंजाम थोडा. मायण्याची जमियत मोठी. असे असता हंबीररावाने वीज चकाकता अंधकार दूर होऊन शुद्ध उदकधारा नजरेस येते, तद्वत सैन्यात हलकल्लोळ होऊन खानाचे लोकांनी रस्ता देऊन, जसे वेणीचे केस दुभांग करून स्त्री वेणी घालते, तशा रीतीने हंबीररावाने हत्यार चालविताच फळी फुटोन दुभांग केले. शेकडो मनुष्य जाता-येता मारिले. खान नामोहरम होऊन पळू लागले. त्यास धरून आणिले. सरंजामसुद्धा सर्व लष्कर पाडाव करून आणिले. हंबीररावाकडील फक्त पाचपन्नास लोक जखमी झाले. हे वर्तमान विजापुरी गेल्यावर तिकडून मियानास सोडविण्यास आणखी फौज चालून आली. हे वर्तमान ऐकून धनाजी जाधव हंबीररावाच्या मदतीस धावून आला. मग चहूकडून लांडगेतोड करून बेजार करून दिले... आईस लेकरू लेकरांस आई ओळखीना. आपला जीव वाचला तरी सर्व काही मिळेल; परंतु पळावे असेच मनास वाटावे. पुन: मराठ्यांचे लढाईची गाठ ईश्वरा घालू नकोस, असे अंत:करणात म्हणावे, असे पराक्रम करून विजापुरी फौजास घालवून देऊन व मियाना बंधूस कैद करून धनाजी व हंबीरराव गोवळकोंडा येथे शिवाजीस सामील झाले.'[९]

सभासदानेही आपल्या नेहमीच्या शैलीत या प्रसंगाचे चित्रण केले आहे. तो लिहितो : 'विजापूरचा सरदार हुसेनखान मायाणा पठाण मोठा तोलदार, पाच हजार पठाण, तिरंदाज बरचीवाले, आडहत्यारी असे पंचरुढ तसे बहिले, बंदुकी, तोफखाना असा होता. हुसेनखान म्हणजे जैसा नबाब बेलोलखान याच्या जोडीचा सरदार. तो हंबीरराव याजवर चालून आला. मराठे म्हणजे मोठे हरीफ, त्यांनी शर्त करून भांडण दिधले. नीट चडते घोडी घालून मारामारी केली. हुसेनखानाचे कित्येक लोक मारिले व घोडी मारिली व हत्ती रणास आणिले. मोठे युद्ध बळकट दोन प्रहर दिवसापासून चार प्रहर रात्रपर्यंत जाले. साहा प्रहरात कुल फौज बुडविली. बारा हत्ती पाडाव केले. तसे उंट व बाजे जिन्नस, बिछाईत, खजिना व कापड बेमुहिन सापडले. मोठे झुंज करून फत्ते केली. रण दुतर्फा अपार पडले.'[१०]

हुसेनखान मियाणावर फत्ते करून हंबीरराव रायचूर दुआबातून (भागानगरास) गोवळकोंड्यास शिवाजी महाराजांना ससैन्य मिळण्यास गेला. महाराजांनी कुतुबशहाची भेट मोठ्या इतमामात घेतली. शहाने मोठा सन्मान केला. या भेटीच्या प्रसंगी महाराजांच्या बाजूने जनार्दन नारायण हणमंते, प्रल्हाद निराजी, हंबीरराव, रघुनाथ नारायण हणमंते, मानसिंग मोरे, रूपाजी भोसले इ. प्रमुख मराठा अधिकारी उपस्थित होते.[११]

कर्नाटकातील कामगिरी : व्यंकोजीराजांवर विजय

भागानगरहून कूच करून शिवाजी महाराज फौजेसह मद्रास कर्नाटकाकडे निघाले. मार्गात ठिकठिकाणी खंडण्या वसूल करीत कर्नूल, श्रीशैल्य, कडाप्पा या स्थानांवरून ते मद्रास किनारपट्टीवर आले. तेथे त्यांनी जिंजीचा प्रसिद्ध किल्ला आदिलशाही अंमलदार नासिर महंमदखान याच्याकडून जिंकून घेतला. वालिंगडपूरचा दुसरा आदिलशाही अंमलदार शेरखान लोदी याचा पराभव करून त्यांनी मद्रास कर्नाटकात आपले राज्य निर्माण केले.

याच दरम्यान कर्नाटकातील शहाजीराजांच्या जहागिरीचा अर्धा वाटा आपणास मिळावा म्हणून महाराजांनी व्यंकोजीराजांशी बोलणे लावले होते. उभय बंधूंत गृहकलह न होता वाद सामोपचाराने मिटावा म्हणून महाराजांनी व्यंकोजीराजास भेटीस बोलावून घेतले. तथापि, ते आपला हेका सोडावयास तयार झाले नाहीत आणि शेवटी छावणी सोडून गुपचूपपणे ते तंजावरला निघून गेले. पुढे महाराजांनी कर्नाटक मोहीम आटोपती घेऊन महाराष्ट्राकडे प्रयाण केले. जाताना कर्नाटकातील जिंकलेल्या प्रदेशांच्या बंदोबस्तासाठी रघुनाथ नारायण हणमंते व हंबीरराव यांची नेमणूक त्यांनी केली. परतीच्या प्रवासात महाराजांनी म्हैसूर कर्नाटकातील शहाजीराजांच्या जहागिरीची अनेक ठिकाणे हस्तगत केली.

याचा बदला घेण्यासाठी व्यंकोजीराजांनी कर्नाटकात मागे राहिलेल्या मराठी फौजेवर वालंगडपूरम येथे हल्ला चढविला. व्यंकोजीराजांकडे चार हजार स्वार व दहा हजार पायदळ होते. मराठी सैन्यात सहा हजार स्वार व सहा हजार पायदळ होते आणि त्यांचे नेतृत्व सेनापती हंबीरराव

मोहिते व संताजी भोसले (शहाजीराजांचे रक्षापुत्र) यांच्याकडे होते. सकाळपासून सायंकाळपर्यंत उभयपक्षी जोरदार लढाई होऊन शेवटी मराठी फौजेचा पराभव झाला. मराठे रण सोडून पळाले. व्यंकोजीराजांनी त्यांचा थोडाबहुत पाठलाग केला व नंतर ते माघारी फिरले. त्यांची फौज फत्ते झाल्याच्या आनंदात विश्रांती घेऊ लागली.

इकडे विखुरलेली मराठी फौज एकत्र आली. हंबीरराव व संताजी भोसले या सेनानींना लढाईतील हा पराभव मनास फार झोंबला. त्यांनी पुन्हा लढाईचा निश्चय केला. घोड्यावर खोगिरे चढविली. हाती तलवारी घेऊन मराठे व्यंकोजीराजांच्या तळावर मध्यरात्रीच हल्ल्यासाठी गेले. व्यंकोजीराजांचे सैनिक बेसावध होते. मराठ्यांचा हल्ला होताच सर्वत्र हाहाकार माजला. व्यंकोजीराजांच्या फौजेची दाणादाण उडाली. हत्ती, घोडी व प्रचंड सामानसुमान मराठ्यांच्या हाती पडले. तीन मुख्य सेनानी कैद झाले. व्यंकोजीराजे आपला जीव वाचवून काही लोकांसह कावेरीपार झाले. लढाईची ही हकिकत मद्रासकर इंग्रजांच्या पत्रात येते.[१२]

या लढाईत तीन हजार घोडी व हत्ती मराठ्यांनी पाडाव केल्याची नोंद जेधे शकावली करते;[१३] तर सभासद सांगतो, "व्यंकोजी राजे... हंबीरराव यावरि चालून आले. ते समयी हंबीरराव याचे चौगुणी घोडा राऊत हशम अगणित व्यंकोजीराजे यांचे होते. मग यांस त्यांस युद्ध जाले. (शिवाजी) राजियांचा पुण्यप्रभाव अधिक आणि भाग्योदय. हंबीरराव यांनी व्यंकोजी रजियांची फौज मोडली. मोठे युद्ध जाहाले. अगणित रण पडले. आणि व्यंकोजी रजियाचे चार हजार घोडे पाडाव केले व हत्ती जडजवाहीर बाजे सरदार भिवजी राजे व प्रतापजी राजे वरकडही नामांकित लोक पाडाव केले. अशी फत्ते केली. यश आले आणि पाडाव केले. सरदारांस वस्त्रे देऊन सोडिले.'[१४]

या वेळी व्यंकोजी राजेही कैद होणारच, पण शिवाजीराजांच्या बंधूसच कैद कसे करावे अशी 'मर्यादा' हंबीररावावर पडल्याने त्यांना सुखरूपपणे शे-दोनशे स्वारानिशी रणांगणातून जाऊ दिले, असे चिटणीस सांगतो[१५] – (१६ नोव्हेंबर १६७७).

या जबरदस्त पराभवाचे शल्य व्यंकोजीराजांना लागून राहिले होते. अद्यापि ते तह करण्याच्या मन:स्थितीत नव्हते. ते पुन्हा लढाई देण्याची शक्यता होती. तेव्हा हंबीररावाने आपली फौज घेऊन खुद्द तंजावरवरच

स्वारी सुरू केली. दरम्यान, व्यंकोजीराजांशी झालेल्या लढाईची वार्ता शिवाजी महाराजांच्या कानी पडली. त्यांना फार दु:ख झाले. आपल्या बंधूने अजूनही गृहकलह सोडून द्यावा, म्हणून त्यांनी त्यास एक उपदेशपर पत्रही लिहिले. त्या पत्रात महाराज म्हणतात, "दुर्योधनासारखी बुधी करून (तुम्ही) युद्ध केले आणि लोक मारविले. जे जाले ते जाले. पुढे तरी हट न करणे... याउपरी तऱ्ही आमचा आपला संधी व्हावा यैसी बुधी मनी धरून वाटियाचा वेव्हार निर्गमून टाकणे. आणि सुखे असणे. गृहकलह बरा नव्हे.'[१६]

महाराज एवढ्यावरच स्वस्थ बसले नाहीत. त्यांनी रघुनाथ नारायण हणमंते व हंबीरराव यांनाही सबुरीचा हुकूम धाडला की, 'व्यंकोजी राजे आपले धाकटे बंधू आहेत. मूलबुद्धि केली. त्यास तोहि आपला भाऊ. त्यास रक्षणे. त्याचे राज्य बुडवू नका.'[१७]

दरम्यान, व्यंकोजीराजांची राणी दीपाबाई ही शहाणी स्त्री होती, तिने परिस्थितीचे गांभीर्य जाणून थोरल्या बंधूशी संधी करण्याचा सल्ला आपल्या पतीस दिला. या सर्व गोष्टींचा परिणाम होऊन उभय राजबंधूंत सख्य होऊन शेवटी गृहकलह मिटला!– (डिसें. १६७७).

वेलोरचा बुलंद कोट काबीज

जिंजीच्या उत्तरेस असणाऱ्या वेलोर या सुप्रसिद्ध आदिलशाही किल्ल्यास शिवाजी महाराजांनी कर्नाटकात असतानाच वेढा दिला होता; पण हा किल्ला अब्दुल्लाखान नावाचा जिद्दी आदिलशाही सरदार लढवीत होता. किल्ला हल्ला करून घेणे ही सहजसाध्य गोष्ट नव्हती.

किल्ल्याच्या मजबुतीचे वर्णन करताना सभासद म्हणतो, 'तो कोट म्हणजे पृथ्वीवर दुसरा गड असा नाही. कोटात जीत पाणियाचा खंदक. पाणियास अंत नाही. उदकात दहा हजार सुसरी. कोटाच्या फांजियावरून दोन गाड्या जोडून जावे ऐशी मजबुती. पडकोट तरी चार-चार फेरियावरि फेरे. ये जातीचा कोट.'[१८]

तेव्हा अशा या किल्ल्याचा वेढा पुढे बराच रेंगाळला; पण तंजावरवरील मोहिमेतून मोकळे होताच हंबीरराव, आनंदराव मकाजी व रघुनाथ नारायण हे तिघे सेनानी वेढ्याच्या ठिकाणी आले आणि वेढा जोमाने सुरू केला. किल्ल्याची पक्की नाकेबंदी झाल्याने शिबंदीची उपासमार

होऊ लागली. अब्दुल्लाखान जेर झाला आणि शेवटी त्यास मराठ्यांच्या हाती किल्ला सोपवावा लागला. २२ जुलै १६७८ रोजी कर्नाटकातील हा अत्यंत महत्त्वाचा किल्ला स्वराज्यात सामील झाला.[१९]

स्वराज्यातील घटना : शिवाजी महाराजांचे निधन

कर्नाटकात मराठी राज्याची घडी बसविण्याचे रघुनाथ नारायण व हंबीररावाचे प्रयत्न चालू असताना इकडे महाराष्ट्रातील स्वराज्यावर मोगल व आदिलशाही या सत्तांचा लष्करी दबाव वाढत चालला होता. त्यांचे हल्ले जोमाने सुरू होणार अशी चिन्हे दिसत होती. अशा प्रसंगी हंबीररावासारखा सेनापती हाताशी हवा म्हणून महाराजांनी त्यास कर्नाटकातून बोलावून घेतले – (सप्टें. १६७८).

यानंतर स्वराज्यात आणि दक्षिणेत अनेक घटना मोठ्या वेगाने घडल्या. स्वराज्याचा वारसदार संभाजीराजा आपल्या पित्यावर रुसून मोगलांना मिळाला. हा मोठा मानसिक धक्का महाराजांस बसला. तशाही अवस्थेत महाराजांनी मोगली मुलखात औरंगाबाद जालनापूरपर्यंत मोहीम काढली. या मोहिमेत हंबीरराव त्यांच्या सोबत असल्याचा एक उल्लेख मिळतो.[२०]

ही मोहीम चालू असतानाच संभाजीराजे मोगली गोटातून निसटून स्वराज्यात आल्याची वार्ता महाराजांना समजताच ते त्वरेने पुत्राच्या भेटीस पन्हाळगडावर आले. उभयतांची भेट होऊन 'रहस्य' घडून आले. आपल्या पुत्राला शहाणपणाच्या चार गोष्टी सांगून महाराज रायगडावर आले.

रायगडावर आल्यावर काही दिवसांनीच म्हणजे ७ मार्च १६८० रोजी शिवाजी महाराजांनी राजाराम महाराजांची मुंज केली आणि १५ मार्च रोजी त्यांचा विवाह सोहळाही साजरा केला. प्रतापराव गुजरांची कन्या जानकीबाई ही स्नुषा म्हणून महाराजांनी राजगृही आणली.

हंबीरराव मोहिते हा राजाराम महाराजांचा मामा. भाच्याच्या मुंजीस व लग्नास तो रायगडावर हजर असावा. त्याचप्रमाणे इतर अनेक प्रधान व अधिकारीही उपस्थित असावेत; पण त्यापैकी बहुतेकांना महाराजांनी ठिकठिकाणी कामगिरीवर पाठविल्याचे दिसते; कारण यानंतर दहा-बारा दिवसांच्या आजाराने महाराज आकस्मिक निधन पावले. त्या वेळी रायगडावर प्रल्हाद निराजी, राहूजी सोमनाथ, बाळाजी आवजी अशी

मोजकीच मंडळी उपस्थित होती. आण्णाजी दत्तो, मोरोपंत पिंगळे हे मोहिमेवर होते. खुद्द हंबीररावही कऱ्हाड भागात छावणी करून होता.

प्रधानांची बंडखोरी आणि हंबीररावाची निर्णायक भूमिका

महाराजांच्या निधनानंतर स्वराज्यातील प्रमुख प्रधान मोरोपंत पिंगळे, अण्णाजी दत्तो, प्रल्हाद निराजी इ. मंडळी रायगडावर एकत्र आली आणि त्यांनी राणी सोयराबाईच्या नेतृत्वाखाली राजाराम महाराजांना राज्याधिकारी करण्याची मसलत उभी केली. २१ एप्रिल रोजी म्हणजे महाराजांच्या मृत्यूनंतर अठरा-एकोणीस दिवसांनी प्रधानांनी राज्यावरील संभाजीराजांचा हक्क डावलून राजाराम महाराजांना मंचकारोहण केले.

तथापि, प्रधानांच्या या कारस्थानाची बातमी यापूर्वीच पन्हाळगडावर असलेल्या संभाजीराजांस लागलेली होती. परिस्थितीचे गांभीर्य लक्षात घेऊन त्यांनी राज्यातील किल्लेदारांना व अधिकाऱ्यांना आपल्या पायाशी रुजू होण्याचे हुकूम सोडले. राज्याचा सेनापती हंबीरराव यासही त्यांचे आज्ञापत्र आलेले दिसते. हंबीररावही रायगड व पन्हाळगडावरील बातमी राखून असणार. राजसिंहासनासाठी होऊ घातलेल्या या संघर्षात सेनापती म्हणून आपणास जबाबदारीची व जोखमीची भूमिका पार पाडायची आहे याची कल्पना त्यास आली होती. जे न्यायोचित असेल तेच करण्याची मनोभूमिका त्याने स्वीकारली होती.

याच वेळी रायगडावरून प्रधानांची हंबीररावास "आम्हास मिळून राजारामाचा कार्यभाग साधावा" अशी जासुदामार्फत पत्रे आली.[२१] ही पत्रे वाचल्यावर हंबीररावाने आपल्या मनाचा थांग लागू न देता त्या जासुदांकडूनच प्रधानांकडे निरोप धाडला : "जेथे जेथे तुम्ही जाल तेथे तेथे मी येईन. तुमच्या प्रवासात मीही एक सोबती होईन. तुम्हाला सोडून जायला मला दुसरा रस्ता आहे कोणता?"[२२]

हंबीररावाचा निरोप संदिग्ध व राजकारणी होता. त्याचा मत्यर्थ बुद्धिमान प्रल्हाद निराजीच्या ध्यानात येऊन त्याच्या मनात चलबिचल सुरू झाली. त्याने संभाजीराजांशी सबुरीने वागण्याचा सल्ला अण्णाजी दत्तो आदी आपल्या सहकाऱ्यांना दिला; पण आता बंडखोर प्रधानांना परिस्थितीला सामोरे जाण्याशिवाय दुसरा पर्याय उरला नव्हता. शिवाय आपल्या राजकारणपटुत्वाने आपण हंबीररावास आपल्या बाजूस वळवू

असाही त्यांना आत्मविश्वास होता.

तेव्हा मोरोपंत, आण्णाजी दत्तो व प्रल्हाद निराजी हे प्रधान रायगडाहून पन्हाळगडाकडे संभाजीराजांस कैद करण्यासाठी निघाले. मार्गात हंबीररावास भेटून त्याचे साहाय्य घेऊनच ते पुढे जाणार होते. त्याप्रमाणे कऱ्हाड परिसरातील हंबीररावाच्या छावणीजवळ येताच हंबीररावाने त्यांची तीव्र शब्दांत निर्भर्त्सना करून त्यांना कैद केले आणि त्याच अवस्थेत आपल्या फौजेसह कूच करून या कैद्यांना पन्हाळगडावर संभाजीराजांसमोर उभे केले – (मे-जून १६८०).[२३]

शिवाजी महाराजांच्या तालमीत वाढलेल्या हिंदवी स्वराज्याच्या या सेनापतीने आपली स्वामिनिष्ठा व सिंहासननिष्ठा अभंग ठेवली! आणि तीही केव्हा? ज्या वेळी आपला स्वत:चा भाचा छत्रपती बनण्याची अनुकूलता निर्माण झाली असता! हिंदवी स्वराज्याचा कायदेशीर वारसदार की आपला भाचा अशी निवड हंबीररावासमोर उभी राहिली, तेव्हा त्याने कौटुंबिक स्वार्थाहून हिंदवी स्वराज्याचे भवितव्य महत्त्वाचे मानले! राज्याच्या लष्कराच्या सेनापतीनेच संभाजीराजांकडे 'डौल' दिल्यावर बंडखोर प्रधानांचे सर्व मनोरथ विरून गेल्यास नवल नव्हते!

नव्या जोमाने शत्रू-प्रदेशावर हल्ले : बुऱ्हाणपूरची लूट

राज्याच्या प्रधानांनीच केलेला कट आणि त्या प्रसंगी सेनापतीने घेतलेली निर्णायक भूमिका या पार्श्वभूमीवर हंबीरराव नव्या छत्रपतींचा खास विश्वासातील सल्लागार बनणे स्वाभाविकच होते. मराठी राज्य अंतर्गत नाजूक परिस्थितीतून जात असता त्याच्या सीमेवर शत्रूच्या हालचाली चालूच होत्या. अशा स्थितीत सेनापती हंबीरराव नव्या राजवटीत नव्या जोमाने सीमेवरील आघाडी सांभाळू लागला. शिवाजी महाराजांच्या निधनसमयी नाशिक-त्र्यंबककडे मोरोपंत पिंगळे आघाडीवर होता; पण नुकत्याच झालेल्या घालमेलीत तो कैदेत पडला होता. आता त्या आघाडीवर संभाजीराजांनी हंबीररावास २० हजार सैन्यानिशी धाडले.[२४]

या वेळी मोगल सुभेदार बहादुरखान स्वराज्यात घुसू पाहत होता. मोगलांच्या संभाव्य आक्रमणाशी तोंड देण्यासाठी हंबीररावाने मराठ्यांच्या तीन फौजा तयार केल्या होत्या. पैकी एक फौज सुरतेवर जाणार, दुसरी फौज बुऱ्हाणपुराकडे जाणार व तिसरी फौज बहादुरखानास हुलकावण्या

देत राहणार, अशी त्याची योजना होती.[२५]

बुऱ्हाणपुराच्या मोहिमेचे नेतृत्व खुद्द हंबीररावाने केले. नाशिक-त्र्यंबकच्या परिसरातून पुढे होऊन त्याने प्रथम मोगलांची प्रसिद्ध बाजारपेठ धरणगाव लुटले,[२६] तसेच पुढे होऊन त्याने मोगलांचे प्रतिष्ठित नगर बुऱ्हाणपूर यावर हल्ला चढविला व ते लुटून फस्त केले.

खाफीखानाने मराठ्यांच्या बुऱ्हाणपूर-लुटीचे फार मार्मिकपणे वर्णन केले आहे : 'देशोदेशीचे जिन्नस, जडजवाहीर, सोने-नाणे, रत्ने असा लक्षावधी रुपयांचा माल बुऱ्हाणपुरातील दुकानांतून साठविला होता. तो सर्व मराठ्यांनी लुटला. मराठे अगदी अनपेक्षितपणे आले. शहराच्या तटबंदीच्या बाहेर बहादुरपुरा आणि इतर सात पुरे होते. त्यांना मराठ्यांनी घेरले. विशेषत: बहादुरपुऱ्यावर ते इतक्या अनपेक्षितपणे तुटून पडले की त्या पुऱ्यांतून एक माणूस किंवा एक पैसा लोकांना हलविता आला नाही.'[२७]

बुऱ्हाणपुरावरील हल्ला ही मोगलांची दक्षिणेतील फार मोठी अप्रतिष्ठा होती. खाफीखान म्हणतो की, दक्षिणेतील मराठ्यांचा हा उच्छाद व अकबराचे पलायन या दोन्ही गोष्टींचा विचार करून बादशहाने दक्षिणेच्या मोहिमेवर स्वत: जाण्याचे ठरविले.[२८] त्याप्रमाणे तो उत्तरेतून आपल्या प्रचंड सेनासंभारानिशी व अनेक अनुभवी सेनानींसह दक्षिणेकडे निघाला. नोव्हें. १६८१मध्ये औरंगाबादेस पोहोचल्यावर त्याने मराठी राज्याच्या मुलखात सर्व बाजूंनी हल्ले सुरू केले. शहाजादा आज्जम, गाजिउद्दीन बहादूर, बहादुरखान, हसन अलीखान असे अनेक नामांकित सेनानी त्याच्या सैन्याचे नेतृत्व करीत होते. येथून पुढे आक्रमण करणाऱ्या मोगली फौजांशी मराठ्यांचा संघर्ष चालूच राहिला.

या संघर्षाचा केवळ आढावा घेणेही स्थलाभावी शक्य नाही. फक्त हंबीररावाच्या कामगिरीशी संबंधित असणाऱ्या घटनांचाच येथे निर्देश करणे अधिक उचित ठरेल.

रामसेजच्या वेढ्यात हंबीरराव जखमी

स्वराज्यात अनेक बाजूंनी घुसून मोगली सैन्यानी सरहद्दीवरील अनेक किल्ल्यांना वेढे दिले होते. नाशिकपासून १४ मैलांवर असणाऱ्या रामसेजच्या किल्ल्यास शहाबुद्दीनखान ऊर्फ गाजिउद्दीनखान बहादूर या

मोगल सेनानीने वेढा दिला होता. हा वेढा मराठा इतिहासात फार गाजलेला आहे; कारण हा किल्ला जिंकून घेण्यासाठी बादशहाने एका मागून एक असे तीन-चार सेनानी पाठविले; पण त्यांना हा किल्ला हल्ला करून जिंकून घेता आला नाही. रामसेजच्या मराठा किल्लेदाराने हा किल्ला मोठ्या जिद्दीने व पराक्रमाने लढविला.

खुद्द संभाजीराजांनी या किल्ल्याकडे रसदी पोहचविल्या आणि वेढा मारून काढण्यासाठी रूपाजी भोसले, मानाजी मोरे, हंबीरराव यासारखे नामवंत सेनानी पाठविले. दहा हजार पायदळ घेऊन हंबीरराव वेढा घालून बसलेल्या शत्रू सैन्यास हुसकावून लावण्यासाठी गेल्याची व नंतर झालेल्या लढाईत जखमी झाल्याची बातमी कारवारकर इंग्रज सुरतेस पाठविलेल्या एका पत्रात देतात.[२९]

हे पत्र ३० जुलै १६८२चे आहे. या सुमारास मे १६८२मध्ये रूपाजी भोसले व मानाजी मोरे यांनी शहाबुद्दीनखानाशी लढाई दिल्याची एक नोंद जेधे शकावलीत सापडते.[३०] रूपाजी-मानाजी यांची लढाई व हंबीररावाची लढाई या एकच की वेगवेगळ्या हे इतर साधनांच्या अभावी समजू शकत नाही.

कुलीचखानाशी सामना

दसऱ्यानंतरच्या मोहिमेच्या कालात हंबीररावाने २० हजार फौज घेऊन भीमा नदीच्या परिसरातील मोगली मुलखात स्वारी केली– (ऑक्टो. १६८२). सोबत विठोजी चव्हाण हा शूर सेनानी होता. मराठी फौजेचा मोगलाशी आमनेसामने सामना झाला. खुद्द कुलीचखानाने बादशहास पाठविलेल्या पत्रात म्हटले होते :

'मी भीमेपासून चाळीस कोस शत्रूच्या मुलखात पोहोचलो. तेव्हा संभाजीकडील वीस हजार स्वार व प्यादे यांसह हंबीरराव व विठोजी सामना करण्याकरिता आले. मी सराफ्राझखान, यलबर्शखान, कमालुद्दीनखान व किशोरसिंग हाडा वगैरेंना सात हजार स्वारांसह फौजेच्या हरावलीस (आघाडीस) नेमून स्वारी केली. शत्रूच्या लोकांशी लढाई झाली. बादशाही सुदैवाने शत्रूच्या तीन-चारशे लोकांना यमसदनास पाठविले व पुष्कळांना जखमी केले. बादशाही फत्ते झाली. पाच कोसपर्यंत शत्रूचा पाठलाग केला. तो पळून जाऊन पहाडामध्ये लपला.[३१]

बादशहाचे सरदार अशा लढायांतील आपल्या पराक्रमाची तरफदारी आपणच करीत असत, याची खुद्द बादशहालाही जाणीव होती. २० हजार सैन्यासह असलेल्या हंबीररावाचा पराभव करणे कुलीचखानाच्या शक्तीपलीकडील गोष्ट आहे, हे बादशहाला माहीत असल्याने त्याने ''माझा विश्वास बसत नाही; शत्रूच्या लोकांना जर मारले तर बादशाही लोक कामास कसे आले?'' असा सवाल भर दरबारात खानाचा निरोप घेऊन येणाऱ्या नोकरास केला![३२]

(गंमत अशी आहे की खुद्द खानाच्या पत्रात बादशाही सैन्यातील मेलेल्या सैनिकांच्या संख्येचा निर्देश नाही. मग या लढाईत मोठ्या प्रमाणात मोगल सैनिक मारले गेले ही गोष्ट बादशहाला कशी समजली, असा प्रश्न निर्माण होतो. याचा अर्थ अशा लढायांच्या खऱ्या वार्ता बादशहाला त्याच्या स्वतंत्र हेरयंत्रणेतर्फे समजत होत्या.)

शहाजादा आज्जमला पिटाळून लावले

या सुमारास शहाजादा आज्जम बादशाही हुकमाने पन्हाळा-कोल्हापूर भागात मोहिमेस निघाला होता. आता कुलीचखान त्याला येऊन मिळाला. पन्हाळ्याच्या अलीकडे सहा कोसांवर शहाजादा येऊन पोहोचला असता हंबीररावाने आपल्या २० हजार सैन्यापैकी पाच हजार निवडक स्वार घेऊन त्याच्यावर चाल केली. शहाजाद्याला त्याच्या हेरांनी बातमी दिली होती, की हंबीररावाने त्याच्या सैन्याच्या पिछाडीवर हल्ला करण्याचा बेत केला आहे. तेव्हा शहाजाद्याने आपल्या सैन्यातील फिरूजखान व राव अनूपसिंग या दोन सेनानींना आपल्या सैन्याच्या पिछाडीचे संरक्षण करण्यास ठेवले व तो स्वत: हंबीररावाशी सामना करण्यास निघाला. थोड्याच अंतरावर त्याची हंबीररावाशी गाठ पडली आणि घनघोर लढाई झाली – (सु. १५ डिसें. १६८२).

शहाजाद्याच्या फौजेतून पुढे बादशहाच्या कानावर या लढाईचा वृतान्त घालण्यात आला तो असा :

''शत्रू लढाईसाठी समोर आल्यावर लढाई झाली. बादशहाच्या सुदैवाने अनेकांना मारून व जखमी करून त्यांचा पराजय केला. बहुतेक बादशाही लोक कामास आले व जखमी झाले. फिरुझखानाने आपल्या मुलांसह कष्ट केले व ते जखमी झाले. कुलीचखान वगैरे बादशाही

लोकांनी देखील अत्यंत कष्ट केले.'[३३]

ही बातमी ऐकल्यावर बादशहाची प्रतिक्रिया काय झाली याची नोंद दरबारातील अधिकाऱ्यांनी करून ठेवली आहे. ते म्हणतात की, हा वृत्तान्त ऐकल्यावर 'बादशहा गप्प बसला!'

हंबीरराव मोहित्याशी शहाजाद्याची लढाई झाली की नाही, याविषयी बादशहाला संशय नव्हता; संशय होता शहाजाद्याच्या तथाकथित पराक्रमाबद्दल. म्हणून ही विजयाची वार्ता ऐकूनही बादशहा गप्प बसला; पण लवकरच शहाजाद्याची हंबीररावाशी आणखी एक लढाई पन्हाळा-कोल्हापूर परिसरात २५ डिसेंबरच्या सुमारास घडून आली. ही लढाई पहिल्या लढाईपेक्षा मोठी होती. हंबीररावाने या वेळी १५ हजार स्वारांनिशी चाल केली होती. शहाजाद्याने आपल्या कुलीचखान, हसनअलीखान, राव अनूपसिंग, अनिरुद्धसिंग हाडा, सराफ्राजखान वगैरेंना आघाडीस व उजव्या-डाव्या बाजूंवर नेमून हंबीररावाशी सामना दिला. मोठी हातघाईची लढाई झाली. खुद्द शहाजादा बादशहाला आपल्या अर्जीत लिहितो :

'शत्रूशी ढाल-तलवार, खंजीर वगैरे हत्यारांनी लढाई केली. बादशाही सुदैवाने शत्रूच्या आठशे लोकांना मारले व जखमी केले आणि सातशे लोकांना जिवंत पकडले. त्यांची छत्री, निशाण, बंदुका वगैरे हत्यारे हाती आली. तसेच बहुतेक बादशाही लोक कामास आले व जखमी झाले. कुलीचखानास बंदुकीची जखम झाली. मोठा विजय प्राप्त झाला. बादशाही लोकांनी अत्यंत कष्ट घेतले. त्याचा तपशील दिला आहे. विचार व्हावा.'[३४]

या वेळी मात्र बादशहा गप्प बसला नाही. बादशहाने प्रत्येक विजयाच्या वार्तेवर गप्प बसून चालणार नव्हते; कारण शहाजाद्याची बादशहाकडून शाबासकीची व योग्य बक्षिसांची अपेक्षा होती; पण बादशहा आपल्या पुत्राहून हुशार व अनुभवी होता. त्याने तीन गोष्टी केल्या – पहिली म्हणजे त्याने शहाजादा आज्जमची ही अर्जी दरबारात असणारा त्याचा मोठा बंधू शहाजादा शहा अलम यास पाहावयास दिली. (असे करण्यात 'तूही असा काही पराक्रम करून दाखव' असे बादशहाचे आपल्या पुत्रास डिवचणे असे).

दुसरी गोष्ट म्हणजे त्याने दरबारातील अधिकारी बक्षी रूहुल्लाखान

यास हुकूम केला की शहाजाद्याच्या फौजेतील ज्या लोकांनी पराक्रम केला त्यांची हकिकत स्वतंत्रपणे लिहून द्यावी. (याचा अर्थ रूहुल्लाखानाने प्रत्येकाच्या पराक्रमाची सत्यासत्यता पडताळून पाहावी); तिसरी गोष्ट म्हणजे शहाजाद्यास त्याच्या विजयाबद्दल बक्षीस म्हणून एक लाख रुपये वेगळे काढून ठेवावेत, असा हुकूम केला (म्हणजे बक्षिसाची रक्कम त्याने लगेच शहाजाद्याकडे पाठविली नाही. राखून ठेवली.).[३५]

यानंतर पन्हाळा-कोल्हापूर परिसरात हंबीररावाची शहाजादा आज्जमशी तिसरी मोठी लढाई लवकरच झाली – (जाने-फेब्रु. १६८३). दुर्दैवाने या लढाईविषयी मोगली दरबारच्या अखबारांत काहीही माहिती मिळत नाही; पण मराठ्यांच्या बाजूकडील एका अस्सल साधनात – जेधे शकावलीमध्ये – या लढाईची नोंद केली गेली आहे. त्यामध्ये म्हटले आहे – 'माघ मासी सुलतान अजमशाहा येऊन कोल्हापुरापावेतो धाविला. त्यास हंबीररावांनी फिराऊन भवरेपलीकडे (भीमा नदीपलीकडे) लाविले.'[३६]

पन्हाळा-कोल्हापूर परिसरात घुसून पन्हाळ-विशाळगड इ. किल्ले जिंकून घेऊ पाहणाऱ्या शहाजादा आज्जमशी मराठी राज्याच्या सेनापतीने तीन मोठ्या लढाया दिल्या. पहिल्या दोन लढाया निर्णायक न होता हंबीररावाने माघार घेतली; पण अशा प्रकारची मराठ्यांची माघार म्हणजे त्यांचा दणदणीत पराभव व आपला मोठा विजय अशी समजूत मोगल सरदार करून घेत असत. अचानक हल्ला करून शत्रूची शक्य तितकी हानी करून सुरक्षित माघार घेणे, हा मराठी गनिमी कावा मोगलांना कधीच उमगला नाही. तीन लढायांत दोन लढाया शहाजाद्याने जिंकल्या; पण शेवटची लढाई तो हरला. इतकेच नव्हे तर हंबीररावाने त्यास पन्हाळा-कोल्हापूर भागातून हुसकावून काढून अगदी भीमा नदीच्या पलीकडे पिटाळून लावले.

कल्याण-भिवंडीच्या परिसरातील झगडा

सन १६८२च्या मोहिमांच्या कालखंडात बादशहाने उत्तर कोकणातील कल्याण-भिवंडी प्रांतात रणमस्तखान ऊर्फ बहादुरखान या नामांकित सरदारास पाठविले होते. या खानास तेथून हुसकावून लावण्यासाठी संभाजीराजांनी प्रथम रूपाजी भोसले, केसो त्रिमल व निळो मोरेश्वर पेशवे यांना फौजेसह रवाना केले होते – (नोव्हें.-डिसें. १६८२).[३७]

मराठ्यांच्या या सैन्याशी बहादुरखानाच्या अनेक लढाया झाल्या. पन्हाळा-कोल्हापूर भागातून शहाजादा आज्जमला पिटाळून लावल्यावर हंबीरराव कल्याण-भिवंडी प्रांतातील मराठी सेनानींच्या मदतीला गेल्याचे दिसते. अखबारातील नोंदीवरून २७ फेब्रुवारी १६८३ रोजी हंबीररावाने बहादुरखानाशी कल्याण-भिवंडीजवळ लढाई दिल्याची माहिती मिळते.

अखबार म्हणते, 'बहादुरखानाच्या अर्जावरून समजले की, संभाचा नौकर हंबीरराव जमेतीसह आला. म्हणून मी चालू महिन्याच्या १० तारखेस कल्याण-भिवंडीहून स्वारी करून शत्रूच्या लोकांशी सामना दिला. लढाई झाली. शत्रूचे अनेक लोक मारले गेले. हंबीररावास बाण लागून जखम झाली. तसेच त्याच्या बायकोचा भाऊ व इतर तीन सरदार मारले गेले. त्यांचा पराजय झाला. आम्ही काही कोस पाठलाग केला. बरेच बादशाही लोक कामास आले व जखमी झाले. (हे ऐकून) बादशहाने खास मनन केले.'[३८] याचा अर्थ ही वार्ता ऐकल्यावर बादशहा डोळे मिटून काही काल गप्प बसला.

मार्चमध्ये कल्याणजवळ टिटवाळा येथे हंबीरराव व रूपाजी भोसले या दोघांनी मोगलांच्या रूहुल्लाखान व बहादुरखान या सेनानींशी ३० हजार फौजेनिशी जंगी लढाई दिली. मराठी साधनांतही या लढाईची माहिती मिळते.[३९] पण तिचे मोगल अखबारांत अधिक खुलासेवार वर्णन पाहावयास मिळते. या लढाईत मोगलांकडील पद्मसिंग हाडा हा प्रसिद्ध सरदार मारला गेला. इतरही अनेक सेनानी कामास आले. रूहुल्लाखान बादशहाला या लढाईविषयी लिहितो :

'संभाचा सरदार हंबीरराव वीस हजार स्वार व दहा हजार पायदळ यासह कल्याण-भिवंडीच्या जवळ आला होता; म्हणून पद्मसिंग वगैरे पिछाडीच्या लोकांनी लढाई करून बादशाही सुदैवाने शत्रूचे दोन सरदार व २०० लोक मारले. हंबीरराव जखमी होऊन पळाला. पद्मसिंग हा १५०० जात व १००० स्वार असा मनसबदार होता. त्यास ३५ जखमा झाल्या. भगवंतसिंग वलद माणकोजी दखनी हा ५०० जात व ४०० स्वार असा मनसबदार होता. तो कामास आला. रामसिंग वलद रतन राठोड १५०० जात व १३०० स्वार हा आजारी होता. त्याने पद्मसिंगाच्या मृत्यूनंतर चिलखत घालून शत्रूस तंबी देण्यासाठी स्वारी करण्याची इच्छा प्रगट केली; पण तो अशक्त होता. तो तापामुळे मरण

पावला. हरिसिंग वलद पुरणमल बुंदेला जखमी होऊन लढाईच्या मैदानावर पडला होता. शत्रूच्या लोकांनी त्यास नेले. रघुनाथसिंग वलद पद्मसिंग, भानगढचा जमीनदार काबुलीसिंग, माधोराम सिसोदिया व तुकोजी वगैरे बादशाही लोक जखमी झाले.'[४०]

बादशहाने पद्मसिंग हाडाच्या शौर्याविषयी गौरवाचे उद्‌गार काढले आणि आज्ञा केली की, त्याच्या बायकांना त्याच्याबरोबर सती जायचे असेल तर अडथळा करू नये.

हंबीरराव, रूपाजी भोसले, केसो त्रिमल इ. मराठा सेनानींनी अशा प्रकारे कल्याण-भिवंडीच्या परिसरात शत्रूशी जबर संघर्ष करून त्याचे आक्रमण परतवून लावले. एप्रिल १६८३मध्ये बादशहाला आपल्या फौजा या प्रदेशातून माघारी बोलवाव्या लागल्या.[४१]

रायगडच्या परिसरात गाजिउद्दीनखानाशी लढाई

सप्टेंबर १६८४ मध्ये बादशहाने शहाबुद्दीनखान ऊर्फ गाजिउद्दीनखान यास मराठ्यांची राजधानी रायगड जिंकून घेण्यासाठी धाडले.[४२] बादशाही आज्ञेप्रमाणे कूच करून खान बोरघाटातून खाली तळकोकणात आला – (डिसेंबर).

रायगडाच्या परिसरात घुसून त्याने निजामपूर इ. तीन मराठी ठिकाणे जाळून टाकला. अनेक लोकांना त्याने कैद केले – (सु. १० जानेवारी १६८५).[४३] या वेळी संभाजीराजे रायगडावरच होते. खान रायगडाच्या परिसरात आल्याचे पाहताच त्यांनी हंबीरराव व रूपाजी भोसले यांना १५ हजार फौजेनिशी खानाला पिटाळून लावण्यासाठी पाठविले. बाण व बंदुकी यांची घनघोर लढाई झाली. गाजिउद्दीनखान बादशहाला लिहितो, "संभाने हंबीरराव व रूपा भोसले यांना पंधरा हजार फौजेसह पाठविले. बाण व बंदुका यांची लढाई झाली. आम्ही चारी बाजूंनी शत्रूशी छोट्या हत्यारांनी लढाई केल्याने त्यास निभावणे अशक्य होऊन त्याने पळ काढला. आम्ही सात कोसापर्यंत पाठलाग केला. शत्रूचे अनेक लोक मारले व जखमी केले. बादशाही फत्ते झाली.'[४४] – (सु. १२ जानेवारी १६८५). गाजिउद्दीनखानाच्या या विजयाची बातमी ऐकून बादशहास परम संतोष झाला. त्याने खानास 'फिरोजजंग' हा किताब बहाल केला.

खान लिहितो त्याप्रमाणे रायगडाच्या परिसरात मोगलांची फत्ते झाली होती, असे जरी खरे मानले तरी मोगल फौज फार काळ त्या बिकट प्रदेशात तगू शकणार नव्हती. आपल्याजवळ फारशी तरतूद नसल्याने आपण परत निघत आहोत, असे त्याने बादशहास कळविले होते. याचा अर्थ खानाची फत्ते व मराठ्यांचा पराभव या तात्पुरत्या गोष्टी होत्या. खानाची माघार सुरू होताच संभाजीराजांनी कवि कलशाच्या नेतृत्वाखाली पुन्हा एकदा आपली फौज खानावर धाडली. तेव्हा याच खानास पळता भुई थोडी झाली असे दिसते. कलशाने खानावर हल्ला चढवून त्यास तळकोकणातून हुसकावून घाटावर घातले – (१४ जाने. १६८५).[४५]

घाटावर आल्यावर गाजिउद्दीनखान स्वस्थ बसला नव्हता. पुणे, शिरवळ, सातारा, वाई अशा प्रदेशात तो एकसारखा मराठ्यांच्या मागे धावताना दिसतो. २५ मे १६८५ची अखबारात नोंद आहे की – "गाजिउद्दीनखान बहादुरने लिहिले ते असे; हंबीरराव वगैरे सरदार साताऱ्याच्या डोंगरात जमले होते. मी मुजाहिद वगैरेंना त्यांना तंबी देण्यासाठी नेमले. शत्रूपैकी अनेक जणांना ठार मारण्यात आले आहे. शत्रूचा पराभव झाला. त्या ठिकाणी ठाणे बसविण्यात आले आहे. यावर बादशहा म्हणाले, "सेवा मान्य झाली." [४६] यानंतर मोगल दरबारच्या अखबारांमध्ये हंबीररावाच्या हालचालींविषयी फारशा नोंदी नाहीत. १३ सप्टें. १६८५ची एक नोंद अशी सापडते की संभाजीराजा हंबीररावास जुन्नरच्या प्रदेशात पाठविण्याच्या तयारीत आहे.[४७]

विजापूरच्या आदिलशाहीस उपराळा

दरम्यान, बादशहाने आदिलशहाची राजधानी विजापूरकडे आपले सैन्य पाठवून तिला वेढा घातला होता. मराठ्यांविरुद्धच्या मोहिमेत त्यास अपेक्षेप्रमाणे यश येत नव्हते. मराठ्यांना आदिलशाहीचीही मदत मिळते आहे, असाही त्याचा संशय होता. तेव्हा आदिलशाही प्रथम जिंकून घ्यावी व नंतर मराठ्यांच्या समाचाराकडे वळावे, असाही त्याने विचार केला होता. एप्रिल १६८५मध्ये विजापूरचा वेढा सुरू झाला होता. या वेळी बादशहा अहमदनगर येथे होता. विजापूरच्या वेढ्याच्या कामी जवळून देखरेख करता यावी म्हणून तो नगरहून सोलापुरास

आला (२५ मे १६८५). तिथे त्याने वर्षभर मुक्काम केला. पुढे त्याने १४ जून १६८६ रोजी विजापुराकडे प्रयाण केले; तेथे तो ३ जुलैला पोहोचला. विजापुराच्या परिसरात त्याचा मुक्काम ३० ऑक्टो. १६८६ पर्यंत होता.[४८]

बादशहा सोलापूरहून विजापूरकडे निघाला त्याच दिवशी शहाजादा आज्जमने विजापूरच्या वेढ्याचे आधिपत्य स्वीकारून वेढा जोमाने चालू ठेवला होता. लवकरच त्यास गाजिउद्दीनखान बहादूर फिरोजजंग हा मोठ्या रसदेनिशी येऊन मिळाला –(ऑक्टो. १६८६). विजापूर मोठ्या बिकट परिस्थितीतून जात होते. अशा वेळी आदिलशाहीचा दोस्त म्हणून संभाजीराजांनी तिला साहाय्य करणे हा कर्तव्याचा भाग होता. या कर्तव्याला जागून संभाजीराजांनी आपले वास्तव्य रायगडाहून हलवून पन्हाळगडावर आणले होते व तेथून आपल्या खास विश्वासातील छंदोगामात्य कवी कलश यास ससैन्य विजापूरच्या साहाय्यास धाडले होते – (जून-जुलै १६८५).[४९]

आता दसऱ्यानंतरच्या मोहिमेच्या कालात राजांनी आपल्या सेनापतीसही विजापूरच्या उपराळ्यास फौजसुद्धा पाठविले. हंबीररावाच्या या मोहिमेची फार त्रोटक माहिती बुसातिन-उस-सलातीन या आदिलशाहीच्या इतिहासग्रंथात मिळते. या ग्रंथाचा लेखक फकीर महंमद झुबेरीने मोगलांच्या विजापूरच्या वेढ्याचा वृत्तान्त देताना हंबीररावाच्या मोहिमेविषयी दोन नोंदी दिल्या आहेत. त्या अशा :

'तारीख २३ तेविसावी माहे मोहरम सन १०९७ (१० डिसें. १६८५) रोजी हंबीरराव हा संभाजीचे फौजेसमागमे येऊन पोचला. तारीख ३ तिसरी माहे सफर (१९ डिसें. १६८५) रोजी संभाजीची फौज मोगलांचे इलाख्यातीला मुलूख लुटण्यावर रवाना झाली.'[५०] (सन १८५० साली नरसिंहराव पारसनीस यांनी केलेले मराठी भाषांतर).

विजापूरला वेढा घातलेल्या मोगली सैन्यावर सात-आठ दिवस हल्ले चढवून हंबीरराव मोगली मुलखात लुटालूट करण्यासाठी गेलेला दिसतो. मोगली मुलखातील मराठी धामधुमीमुळे वेढ्यातील मोगली सैन्याचा विजापुरावरील दबाव कमी होईल असाही त्याचा अंदाज असावा.

वऱ्हाड, खानदेश-बागलाण प्रदेशांत मोहीम

आदिलशहा-मराठा यांची युती विजापूर वाचवू शकले नाही. १२ सप्टेंबर १६८६ रोजी विजापूर मोगलांच्या हाती पडले. आदिलशाही समाप्त झाली. या वेढ्याच्या कालखंडात संभाजीराजे तीन आघाड्यांवर कार्यरत होते. पहिली आघाडी म्हणजे स्वराज्यात घुसलेल्या मोगली सैन्याशी प्रतिकार, दुसरी आघाडी म्हणजे आदिलशाहीच्या संकटकालात तिच्याशी सहकार्य व साहाय्य आणि तिसरी आघाडी म्हणजे खुद्द मोगली मुलखांतील मोहिमा. विजापूरच्या वेढ्याच्या कालात, विशेषतः बादशहाचा मुक्काम विजापूरकडे असता (जुलै १६८६ ते ऑक्टो. १६८६) संभाजीराजे आणि हंबीरराव यांनी वऱ्हाड, खानदेश-बागलाण या मोगली मुलखात जी मोठी मोहीम केली तिचा वृत्तान्त आपणास औरंगजेब बादशहाचा चरित्रकार ईश्वरदास नागर याच्या ग्रंथात पाहावयास मिळतो. ईश्वरदास लिहितो, 'बादशहा विजापुरास होता तेव्हा त्याला वऱ्हाड, खानदेश आणि बागलाण या प्रांतांतून पुढीलप्रमाणे बातम्या कळविण्यात आल्या : 'संभाजी आणि हंबीरराव हे आपल्या सैन्यासहित बादशाही मुलखात पसरले. त्यांनी गावेच्या गावे उद्‌ध्वस्त केली. विशेषतः त्यांनी मुसलमानांतील सय्यद, शेख, विद्वान मुल्लामौलवी यांची फारच दुर्दशा केली. पुष्कळ प्रतिष्ठित माणसे कोकणात जाऊन राहिली होती. त्यांचा छळ करण्यात आला. मोगल अधिकारी त्यांच्याशी (मराठ्यांशी) लढल; पण त्यापैकी कित्येकांना (मोगली अधिकाऱ्यांना) पकडण्यात आले. रस्ते बंद करण्यात येऊन, अनेकांना कैद करून त्यांना किल्ल्यात नेऊन छळण्यात आले. सारांश, मराठ्यांचा उच्छाद अतिशय झाला म्हणून त्यांचा मोड करण्यासाठी बादशहांनी विजापुराहून प्रयाण केले.'[५१]

गनिमाचा हिसाब धरीत नाही

विजापूर हाती आल्यावर मोगलांच्या काही फौजा कुतुबशाहीकडे तर काही फौजा मराठेशाहीकडे धावल्या. पन्हाळा-कोल्हापूर भागात बहादूरखान (रणमस्तखान) आणि रूहुल्लाखान हे दोन सरदार आपल्या सैन्यासह चालून आले. तेव्हा हंबीररावाने त्यांना सामोरे जाऊन त्यांचा जबर पराभव केला. हे दोन्ही खान पराभूत होऊन बेळगावच्या दिशेने निघाले.

बेळगाव म्हणजे आदिलशाहीतील महत्त्वाचा किल्ला; पण आता आदिलशाहीच समाप्त झाली तेव्हा तो किती दिवस तग धरणार? त्याचा किल्लेदार मुरादखान हा मोगलांच्या ताब्यात हा किल्ला द्यायला तयार होता. ही बातमी हंबीररावास समजताच त्याने तातडीने या खानाचा पाठलाग सुरू केला आणि मुरादखानास बजाविले की कोणत्याही परिस्थितीत मोगलाच्या ताब्यात किल्ला देऊ नकोस. ही सर्व हकिकत खुद्द हंबीररावाने हुकेरीच्या देसायास लिहिलेल्या पत्रात येऊन जाते.

हंबीरराव लिहितो, 'गनीम खटा होऊन कोल्हापूरावर बेलगावचे रोखे जात आहे. आम्ही सेनासमुदायेनसी गनिमाचे पाठीवर आहो. गनिमाचा हिसाब धरीत नाही. येक विजापूर जाले तरी काय जाले, विजापूर ही जागा पहिलेपासून आमचीच आहे. त्याची मदत हर बाबेने आम्हास करणे लागते... गनीम वाटेने जात आहे. तुम्हास कागदपत्र पाठवील. तरी एकंदर गनिमास न भेटणे. असिरा न देणे. आम्ही लस्करानसी या प्रांते असता तुम्हास कोण्हे गोस्टीचे काही भये नाही... गनीम मारून गर्देस मेलवीतच आहो'... (२० डिसेंबर १६८६)[५२]

प्रस्तुतचे पत्र मुळातूनच वाचण्यासारखे आहे. त्यामध्ये हंबीररावाचे स्वराज्यप्रेम, शिवाजी महाराजांची शिकवण, शत्रूशी लढण्याची जिद्द व जबर आत्मविश्वास इत्यादी अनेक गोष्टी प्रतिबिंबित होतात. हंबीररावने बेळगावच्या किल्लेदारास केलेल्या आवाहनाचा अनुकूल परिणाम झाला. मुरादखानाने हा किल्ला मोगलांच्या ताब्यात दिला नाही. पुढे वर्ष दीड वर्षाने शहाजादा आज्जमला तो जिंकून घ्यावा लागला.[५३]

वाईची लढाई - हंबीरराव धारातीर्थी

अशा या पराक्रमी मराठी सेनापतीची आपणास ज्ञात असलेली शेवटची लढाई म्हणजे वाईच्या परिसरात सर्जाखान या मोगल सरदाराशी घडून आलेली लढाई - (डिसेंबर १६८७). सर्जाखान हा आदिलशाही दरबारातील नामांकित व प्रमुख सरदार होता. आदिलशाही वाचविण्यासाठी त्याने मोठा प्रयत्न केला होता; पण ती शाही पडल्यावर त्याने व इतर अनेक आदिलशाही अधिकाऱ्यांनी मोगल बादशाहीची चाकरी स्वीकारली होती. अशा प्रकारे आदिलशाही सर्जाखान मोगली सरदार बनून नव्या जोमाने मराठी राज्यात वाईपर्यंत घुसला होता.

सर्जाखानास हुसकावून लावण्यासाठी हंबीरराव त्याजवर चालून गेला. उभय पक्षी निकराची लढाई झाली. सर्जाखानाच्या फौजेची दाणादाण होऊन ती पराभूत झाली. मराठ्यांच्या हाती भरपूर लूटही पडली; पण लढाईच्या ऐन गर्दीत हंबीररावास तोफेचा गोळा लागून तो धारातीर्थी पडला. दुर्दैवाने ही लढाई वाईच्या परिसरात नेमकी कुठे झाली, याची माहिती मिळू शकत नाही.

सेनापती हंबीररावाचे इतिहासातील स्थान

सन १६७४ साली हंबीरराव मोहिते हिंदवी स्वराज्याचा सेनापती झाला. त्यानंतर उणीपुरी १४ वर्षे या पदावर तो राहिला. वाईच्या लढाईत धारातीर्थी पडला नसता तर आणखी आठ-दहा वर्षे तरी हिंदवी स्वराज्याची सेवा बजावता! सेनापती म्हणून हंबीररावाची निवड वंशपरंपरेच्या तत्त्वाने न होता गुणांच्या निकषावर झाली होती. हंबीररावापूर्वी नेताजी पालकर व प्रतापराव गुजर असे दोन मोठे सेनापती महाराजांना लाभले होते. ते मोठे पराक्रमी, शूर व रणनीतिज्ञही होते; पण सेनापती केवळ पराक्रमी असून चालत नाही, त्याच्या ठिकाणी डोक्याचा थंडपणा म्हणजे सबुरी असायला हवी, हे या दोन्ही सेनापतींच्या वैयक्तिक उदाहरणांवरून महाराजांच्या ध्यानात येऊन चुकले होते. म्हणून हंबीररावाची निवड केवळ त्याच्या पराक्रमी गुणांवर झाली नव्हती. त्याच्या अंगी असणारे शहाणपण, व्यवहारचातुर्य, राजकारणपटुत्व, स्वभावातील मार्दव व सबुरी या गुणांना महाराजांनी अधिक किंमत दिली होती.

इतिहासाने हे दाखवून दिले आहे की, शिवाजी महाराजांची या सेनापतीची निवड अचूक होती. खुद्द महाराजांच्या कारकिर्दीतही त्यांना याची प्रचिती आली. कर्नाटकात हंबीररावाने व्यंकोजीराजाचा जबर पराभव केला तेव्हा त्यांचे तीन नामांकित सेनानी कैद झाले. हंबीरराव व्यंकोजीराजांसही पकडून कैद करू शकला असता; पण व्यंकोजीराजे म्हणजे खुद्द छत्रपतींचे धाकटे बंधू; ते कोणी परके नव्हते; त्यांस कैद करणे उचित नव्हे, ही विवेकबुद्धी हंबीररावाने या प्रसंगी दाखवली आणि शे-दोनशे स्वारांनिशी रणांगणावरून पळून जायला व्यंकोजीराजांना हंबीररावाने संधी उपलब्ध करून दिली. हंबीररावाच्या ठिकाणी नेताजी पालकर असता अगर पुढे या पदावर आलेला संताजी घोरपडे असता,

तर तो व्यंकोजीराजांशी कसा वागला असता, याची कल्पना आपण करू शकतो.

हंबीरराव हा महाराजांच्या कडक शिस्तीत वाढलेला, ही शिस्त अंगी बाणवलेला सेनानी होता. शिवशाही लष्करातील मोहिमेचे दंडक तो कसोशीने पाळत असे. या संदर्भात सभासदाने हंबीररावाच्या मोगली मुलखातील मोहिमेच्या संदर्भात काढलेले उद्गार मोठे चिंत्य आहेत. खानदेश-गुजरात- वऱ्हाड या शत्रूच्या मुलखात मोहीम करून हंबीरराव स्वदेशात परतल्यानंतर त्याने रायगडावर महाराजांची भेट घेतली; आणि सभासद शेवटी सांगतो - 'मालमत्ता राजियास दिली.'

याचा अर्थ मोहिमेत मिळालेल्या लुटीचा सर्व हिशेब हंबीररावाने छत्रपतींस सादर केला. पुढच्या काळात, विशेषतः राजाराम-ताराबाई कारकिर्दीत लष्कराची ही करडी शिस्त राहिली नाही. बदललेल्या राजकीय परिस्थितीत ती राहणेही शक्य नव्हते, हे जरी खरे असले तरी हंबीरराव हा कोणा जातीचा सेनानी होता याचे दर्शन घडल्याशिवाय राहत नाही.

आपल्या सेनापतिपदाच्या कारकिर्दीत हंबीररावाने अनेक लढाया दिल्या. काही ज्ञात आहेत, तर बऱ्याचशा अज्ञात राहिल्या आहेत; कारण मराठ्यांच्या या पराक्रमाची माहिती देणारी साधनेच कालौघात नष्ट झाली आहेत; पण जी तुटपुंजी साधने आहेत (आणि त्यामध्ये बहुसंख्य शत्रू पक्षीयांची आहेत) त्यावरूनही हंबीररावाच्या पराक्रमाची थोरवी लक्षात येते. या सेनापतीने आपल्या शौर्याने अनेक लढाया गाजविल्या यात शंका नाही; पण मराठ्यांचा सेनापती म्हणून त्याच्या कारकिर्दीतील सर्वोत्तम कामगिरी कोणती, हा सवाल उपस्थित केला तर असे सांगावे लागेल की, शिवाजी महाराजांच्या निधनानंतर हिंदवी स्वराज्य ज्या संकटकालात सापडले त्यावेळी राज्याचा सेनापती म्हणून हंबीररावाने बजावलेली कठोर कर्तव्याची भूमिका हीच त्याच्या कारकिर्दीतील सर्वोत्कृष्ट कामगिरी होय.

या त्याच्या कामगिरीने यादवी युद्धाच्या उंबरठ्यावर पोहोचलेले शिवछत्रपतींचे हिंदवी स्वराज्य परत फिरले. हंबीररावाने बंडखोर प्रधान व राजपुत्र राजाराम यांच्या बाजूने कौल दिला असता, तर अनेक अनर्थकारी घटना महाराष्ट्रात घडून आल्या असत्या. खुद्द संभाजीराजेही

काही स्वस्थ बसले नसते अथवा प्रधानांपुढे शरण गेले नसते. हाताशी असणारी फौज व साधने घेऊन त्यांनी प्रतिपक्षाच्या पाडावासाठी प्रयत्नांची शिकस्त केली असती. याचा फायदा हिंदवी स्वराज्याच्या मोगल, आदिलशहा, सिद्दी, पोर्तुगीज, इंग्रज या बाह्य शत्रूंनी व वतनदार-जहागिरदार या अंतर्गत शत्रूंनी घेतला असता. या सर्वांचा परिणाम हिंदवी स्वराज्याची शकले होण्यात अथवा ते कमजोर होण्यात झाला असता. असे राज्य औरंगजेब बादशहाने लवकरच केलेल्या प्रचंड आक्रमणापुढे कसे व किती काळ टिकाव धरू शकले असते, याचा आपण अंदाज बांधू शकतो. सारांश, यादवी युद्धातून उद्भवणाऱ्या अराजकातून व त्यातून परिणत होणाऱ्या नाशापासून हिंदवी स्वराज्याला वाचविण्याची महनीय कामगिरी सेनापती हंबीरराव मोहित्याने केली, असे म्हटल्यास वावगे ठरू नये.

हंबीररावाच्या संभाजीराजांच्या कारकिर्दीमधील कामगिरीचा आढावा घेताना आणखी एक गोष्ट स्पष्ट जाणवते, ती म्हणजे त्याने शिवछत्रपतींची युद्धनीतीच पुढे चालविली. शत्रूच्या प्रदेशात घुसून राजरोसपणे लूट करून शत्रू फौजांच्या जाळ्यात न सापडता स्वराज्यात सुखरूपपणे परत येण्याची युद्धकला शिवछत्रपतींनंतर हंबीररावानेच विकसित केली आणि तिचाच मोठ्या प्रमाणावर अवलंब पुढे संताजी-धनाजी इत्यादी मराठी सेनानींनी संभाजीवधानंतरच्या कालखंडात केला. स्वराज्यात घुसणाऱ्या शत्रूच्या फौजांशीही तो एकसारखा लढताना दिसतो; पण तेथेही तो प्रत्येक लढाई आपल्या प्रतिष्ठेची समजून आपल्या सैनिकांची प्राणहानी करीत नाही. बऱ्याच प्रसंगी तो हल्ला करून माघार घेताना दिसतो. यशस्वी हल्ला व त्याहून महत्त्वाचे म्हणजे यशस्वी माघार हे गनिमी काव्याच्या यशाचे रहस्य असते. ही विद्या हंबीरराव शिवछत्रपतींपासून शिकला होता. ही विद्या त्याने जिवंतच ठेवली असे नाही तर तिचे प्रशिक्षण मराठी फौजेतील संताजी-धनाजींसारख्या अनेक तरुण मराठी सेनानींना प्राप्त होत गेले. याच तरुण सेनानींनी पुढे संभाजीवधानंतर हिंदवी स्वराज्याला मोगली आक्रमणाच्या विळख्यातून सोडविले. मराठी सत्ता जिवंत राखली.

अष्टप्रधान मंडळातील काही प्रमुख प्रधानांनी केलेल्या कटकारस्थानांनी संभाजीराजांच्या त्यांच्यावरील विश्वासास तडा गेला होता. अशा परिस्थितीत

राज्याच्या सेनापतीने राज्यावर येण्यासाठी नव्या छत्रपतीला केलेले सहकार्य मोलाचे ठरले होते. सेनापती हा सर्व प्रधानांत खास विश्वासाचा प्रधान बनला होता; स्वाभाविकच तो राजाचा प्रमुख राजकीय व लष्करी सल्लागार बनल्यासही नवल नव्हते. अखेरच्या क्षणापर्यंत सेनापती राजाच्या या विश्वासास पात्र राहिला आणि शेवटी राज्याच्या संरक्षणाची सेवा बजावत असता धारातीर्थी पडला. हंबीररावाचा हा मृत्यू वीरोचित होता, हे जरी खरे असले तरी त्याच्या मृत्यूने संभाजीराजांचा उजवा हात तुटल्याप्रमाणे स्थिती झाली. आदिलशाहीचा शेवट करून आणि कुतुबशाही घशाखाली घालून मोगली आक्रमणाचा काळसर्प हिंदवी स्वराज्याच्या गळ्याभोवती विळखे घालीत असतानाच हंबीररावासारखा चतुरस्र सेनापती महाराष्ट्राच्या राजकीय व लष्करी मंचावरून अस्तंगत व्हावा, हे संभाजीराजांचे मोठे दुर्दैव होते. ज्याच्या मांडीचे उसे करून विश्वासाने निद्रा करावी, असा तो राजाचा जिवाभावाचा सेवक होता. त्याच्या जागी केवळ नव्या सेनानीची नियुक्ती करून ही हानी भरून येणार नव्हती. हंबीररावाच्या जाण्याने स्वराज्यात जी पोकळी निर्माण झाली ती संभाजीराजांस केव्हाच भरून काढता आली नाही. ही पोकळी पुढे राजारामकालात संताजीने भरून काढली. तोपर्यंत मराठी राज्यास हंबीररावाच्या उंचीचा सेनापती लाभू शकला नाही, हे मान्य करावे लागेल.

शेवटी मनात एक विचार येतो; हंबीररावास आयुष्य लाभून तो संगमेश्वरी शेख निजामाच्या छाप्याच्या वेळी संभाजीराजांबरोबर हजर असता तर? दोन-तीन हजार स्वारांनिशी शेख निजाम हल्ला करण्यासाठी चालून येत असता चारशे-पाचशे भालाईत स्वार जवळ असणाऱ्या संभाजीराजास हंबीररावाने काय मसलत सांगितली असती? असे वाटते की हंबीररावाने राजास सबुरीचा सल्ला देऊन निसटून जाण्यास सांगितले असते; एवढेच नव्हे तर ते सुखरूपपणे कसे निसटून जातील याची चोख व्यवस्था त्याने केली असती. अशा प्रसंगी राजाने आपल्या जिवाची बाजी लावायची नसते; 'सर्वच ठिकाणी घोडा फेकता येत नाही. कधी कधी ढाल फेकून पळून जाणेच योग्य असते,' ही शिवछत्रपतींची व्यवहारनीती अधिकारवाणीने सांगण्याचे सामर्थ्य व धाडस फक्त हंबीररावाच्या ठिकाणीच होते. आपल्यापेक्षा पाच-सहा पटीने जादा सैन्यबल बसणाऱ्या

शत्रूशी आततार्इपणे सामना करावयास निघालेल्या राजास हंबीररावासारखा सेनापतीच थोपवू शकला असता! आणि मग पुढचा सगळा अनर्थ टळला असता!... पण... पण या इतिहासातील 'जर... तर'च्या गोष्टी आहेत; आणि इतिहासात 'जर... तर' मनोरंजक वाटले तरी अखेर ते मृगजळाप्रमाणे फसवे असतात!...

संदर्भ

१. महाराणी ताराबाई - पृ. २-१२

२. चिटणीसविरचित शिवछत्रपतींचे चरित्र, पृ. १७२

३. शिवचरित्र प्रदीप, पृ. २७

४. सभासदविरचित छत्रपति श्री शिवाजीराजे यांची बखर पृ. ७६-७७

५. कित्ता, पृ. ८१

६. चिटणीसविरचित शिवछत्रपतींचे चरित्र, पृ. २२०

७. कित्ता, पृ. २२३-२२४

८. सभासदविरचित छत्रपति श्री शिवाजीराजे यांची बखर, पृ. ७८-७९

९. मराठी रियासत, खं. १, पृ. ३१५

१०. सभासदविरचित छत्रपति श्री शिवाजीराजे यांची बखर, पृ. ७७-७८

११. श्री शिवछत्रपतींची ९१ कलमी बखर, पृ. ५१; सभासदविरचित छत्रपती श्री शिवाजीराजे यांची बखर पृ. ८५-८६

१२. शिवकालीन पत्रसार - संग्रह, खं. २, पृ. ५९७-५९८

१३. शिवचरित्र प्रदीप, पृ. २९

१४. सभासदविरचित छत्रपति श्री शिवाजीराजे यांची बखर, पृ. ९१

१५. चिटणीसविरचित शिवछत्रपतींचे चरित्र, पृ. १९४

१६. शिवकालीन पत्रसार - संग्रह, खं. २, पृ. ७१३-७१५

१७. सभासदविरचित छत्रपति श्री शिवाजीराजे यांची बखर, पृ. ९१

१८. कित्ता, पृ. ९०

१९. शिवचरित्र प्रदीप, पृ. २९
२०. श्री छत्रपती शिवाजी महाराज यांचे विचिकित्सक चरित्र, पृ. ८९३-८९४
२१. छत्रपती संभाजी महाराज, पृ. १५२
२२. मराठ्यांचे स्वातंत्र्य समर (पूर्वार्ध) : छत्रपती संभाजी, पृ. ३१
२३. छत्रपती संभाजी महाराज, पृ. १५४-१५५
२४. कित्ता, पृ. २१८
२५. कित्ता, पृ. २२५
२६. कित्ता
२७. मराठ्यांचे स्वातंत्र्ययुद्ध, पृ. २-३
२८. कित्ता, पृ. ४
२९. शिवपुत्र संभाजी, पृ. २२४, ३०२
३०. शिवचरित्र प्रदीप, पृ. ३२
३१. औरंगजेबाच्या दरबारचे अखबार, (ऐतिहासिक फार्सी साहित्य, खं .६), पृ. २०७
३२. कित्ता, पृ. २०९
३३. कित्ता, पृ. २३९-२४०
३४. कित्ता, पृ. २४३
३५. कित्ता
३६. शिवचरित्र प्रदीप, पृ. ३२
३७. कित्ता, पृ. ३१
३८. औरंगजेबाच्या दरबारचे अखबार, पृ. २७९
३९. शिवचरित्र प्रदीप, पृ. ३२
४०. औरंगजेबाच्या दरबारचे अखबार, पृ. २९३
४१. शिवपुत्र संभाजी, पृ. २६०
४२. मराठे व औरंगजेब, पृ. २८
४३. औरंगजेबाच्या दरबारचे अखबार, पृ. ३६०
४४. कित्ता, पृ. ३६२

४५. शिवचरित्र प्रदीप, पृ. ३३

४६. मोगल दरबारची बातमीपत्रे, खं. - १, पृ. १

४७. The Mughal – Maratha Relations :
Twenty Five Fateful Years (1682-1707), P.66

४८. मराठे व औरंगजेब, पृ. ३२-३३

४९. शिवचरित्र प्रदीप, पृ. ३३

५०. विजापूरची आदिलशाही (बुसातिन-उस-सलातीन), पृ. ६०२

५१. मोगल-मराठा संघर्ष, पृ. २७-२८

५२. शिवचरित्र साहित्य, खं. १२, पृ. ८-९

५३. मराठे व औरंगजेब, पृ. ३५

❖

इतिहास आणि ऐतिहासिक ललित साहित्य

(हिंदी साहित्याचे गाढे अभ्यासक डॉ. वसंतराव मोरे यांच्या 'छत्रपती शिवाजी की साहित्यिक प्रतिमा : कितनी सही-कितनी प्रेरक?' या ग्रंथास लिहिलेली ही प्रस्तावना. ही मूळ हिंदीत असून तिचा मराठी अनुवाद येथे दिला आहे.)

मी इतिहासाचा अभ्यासक आहे. मराठा इतिहास हा माझ्या आवडीचा प्रांत आहे. साहित्य हा काही माझा प्रांत नाही. मी साहित्याचा वाचक आहे. विशेषत: ऐतिहासिक साहित्य हा माझ्या जिव्हाळ्याचा साहित्य प्रकार आहे. याचे कारण ऐतिहासिक साहित्यिकांची वाट आमच्या इतिहासाच्या प्रदेशातूनच जाते; आणि या वाटेवरून जाणारा साहित्यिक इतिहासाच्या प्रदेशात आपल्या प्रतिभेने फुलांचे बगिचे फुलवीत जातो. असे बगिचे फुलविण्याचे काम इतिहासकाराला करता येत नाही. असे असले तरी त्यामुळे इतिहासकाराचा साहित्यिकाशी जवळचा संबंध प्रस्थापित होतो. कधी हा संबंध कौतुकाचा असतो, तर कधी तो संघर्षाचे स्वरूप धारण करतो; पण कसे का असेना, हा संबंध अतूट असतो हे ध्यानी घ्यावे. मला असे वाटते, की हा संबंध लक्षात घेऊनच डॉ. मोरे यांनी मला ही प्रस्तावना लिहावयास सांगितली असावी...

इतिहास आणि ऐतिहासिक ललित साहित्य यांचे नाते सख्ख्या भावाभावाप्रमाणे असते. इतिहास हा ज्येष्ठ बंधू आहे तर ऐतिहासिक ललित साहित्य हा धाकटा बंधू आहे. इतिहासाचा जन्म प्रथम होतो,

म्हणून मी त्यास थोरला बंधू म्हणतो. ऐतिहासिक ललित साहित्याचा जन्म त्याच्यानंतरचा, म्हणून त्यास धाकटा बंधू म्हणतो; पण याचा अर्थ थोरल्याने धाकट्याचे महत्त्व कमी लेखावे असे नाही. तसे करणेही चुकीचे ठरेल; कारण थोरल्याची खरी कीर्ती धाकट्यामुळेच जगभर पसरते, याचे भान थोरल्याने राखले पाहिजे. इतिहासाच्या क्षेत्रात वावरणाऱ्यांनीही त्याचे भान राखले पाहिजे.

इतिहासकार व साहित्यिक हे दोन्हीही सत्याचे उपासक असतात; पण त्याच्या उपासनापद्धतीत फरक असतो. डॉ. मोरे यांनी हा फरक दाखविताना म्हटले आहे, 'इतिहासकार और साहित्यकार दोनों के ऐतिहासिक सत्य की ओर देखनेके दृष्टिकोन भिन्न-भिन्न होते है. इतिहासकार सत्य का निर्णय करते समय भावना को दूर हटाकर बुद्धि की सहायता से तटस्थ रहकर निर्णय करता है । साहित्यकार सत्य की ओर तटस्थ दृष्टिकोन से न देखकर भावनात्मक दृष्टि से देखता है । वह घटनात्मक सत्य के साथ भावनात्मक सत्य मिलाकर अपनी साहित्यकृति सजाता है ।'

इतिहासकार सत्य कथन करताना बुद्धीचा अवलंब करतो, तर साहित्यिक भावनेचा अवलंब करतो, हे डॉ. मोरे यांचे विधान मर्यादित अर्थाने खरे आहे. इतिहासकारास आपल्या इतिहासनिर्मितीसाठी केवळ बुद्धीवर, तर साहित्यिकाला आपल्या साहित्यकृतीसाठी केवळ भावनेवर अवलंबून राहता येत नाही. एकाचा आधार घेताना दुसऱ्याशी पूर्ण संबंध तोडता येणार नाही.

एक गोष्ट खरी की, इतिहासकाराभोवती ऐतिहासिक सत्याचे एक रिंगण असते. हे रिंगण त्याच्या समोर असलेल्या ऐतिहासिक साक्षीपुराव्यांनी निर्माण केलेले असते. इतिहासकार बुद्धीच्या वारूवर स्वार झाला तरी त्याला या रिंगणाच्या बाहेर पडण्याची परवानगी नाही; आणि जरी तो रिंगणाच्या बाहेर पडला तरी आपण संभवनीय सत्याच्या रिंगणात प्रवेश करतो आहोत, असे त्याला घोषित करावे लागते.

साहित्यिकाचे तसे नाही. तो भावनेच्या वारूवर स्वार होऊन पहिले ऐतिहासिक सत्याचे रिंगण ओलांडून पुढे संभवनीय सत्याचीच नव्हे तर कल्पनेची अनेक रिंगणे ओलांडत पुढे पुढे जात राहतो. तसे दौडण्याचा त्याचा जन्मसिद्ध हक्कच आहे, हे आपण या ठिकाणी लक्षात घेतले

पाहिजे. आता असे तो दौडत असता त्याने कुठे थांबायचे, हे त्याची विवेकबुद्धीच त्यास सांगू शकते! त्याची विवेकबुद्धी हाच त्याचा शिक्षक व मार्गदर्शक असतो.

माझा हा मुद्दा मी शिवचरित्रातीलच एक उदाहरण घेऊन थोडा अधिक स्पष्ट करू इच्छितो. शिवाजी महाराज मोहिमांवर जाताना आपल्या मातुःश्री जिजाबाईंचा सल्ला व आशीर्वाद घेऊन आणि राज्याचा कारभार त्यांच्यावर सोपवून बाहेर पडत असत, ही इतिहासाला ज्ञात असणारी गोष्ट आहे; पण अफझलखान भेट, शाहिस्तेखानावरील छापा, सुरतेची मोहीम, आग्ऱ्याची भेट व कैद या प्रसंगी आपल्या मातुःश्रीशी त्यांचा प्रत्यक्ष संवाद काय झाला, हे इतिहासाला ज्ञात नाही. त्या त्या प्रसंगी उभय माता-पुत्रांची मानसिक अवस्था कशी होती, याविषयी कागदोपत्री पुरावा नाही.

अशा परिस्थितीत इतिहासकार येथे फारसा रमू शकत नाही. तो मोहिमेची तयारी, संयोजन, अंमलबजावणी व परिणाम याविषयी कथन करेल; पण या माता-पुत्रांच्या मानसिक अवस्थेविषयी तो फारसे बोलणार नाही. फार तर तो असे म्हणेल की, आपल्या पुत्राचे काय होईल या विचाराने त्या मातेचे हृदय चिंतातुर झाले असावे. त्याचे हे विधान त्याच्या भोवती असणाऱ्या ऐतिहासिक सत्याच्या रिंगणाबाहेरच्या संभवनीय सत्याच्या रिंगणातील असते.

साहित्यिक मात्र हे संभवनीय सत्याचे रिंगण ओलांडून कल्पनेच्या रिंगणात प्रवेश करू शकतो. कल्पनेच्या रिंगणात दौडत असता तो जिजाबाई व शिवाजी महाराज यांच्या तोंडी प्रभावी संवाद घालून त्या काळचे एक भावविश्वच निर्माण करतो आणि या भावविश्वामधून तो मातृप्रेम, मातृभक्ती, मातृभूमिप्रेम यांसारख्या चिरंतन मूल्यांचे दर्शन घडवितो. हे करीत असता तो मानवी भावभावनांचे संघर्षही उभे करतो. हे कार्य वाटते तेवढे सोपे नाही. साहित्यिकांची प्रतिभा जेवढी उत्तुंग तेवढेच त्याच्या कलाकृतीमधील प्रसंग उत्तुंग बनतात आणि त्यातून त्याच्या कलाकृतीच्या साहित्यिक सौंदर्याची उंची वाढत जाते; आणि मग अशी उंची वाढलेली कलाकृती साहित्यात अमर ठरते.

इतिहासकार साहित्यिकाला असे कल्पनेचे स्वातंत्र्य अवश्य देतो. तो अशा साहित्यकृतीशी संघर्षाचा पवित्रा घेत नाही; कारण इतिहासकार

जिथे ऐतिहासिक सत्य मर्यादित शब्दांत मांडतो अथवा सूचित करतो, तिथे साहित्यिक आपल्या प्रतिभेने ते प्रकाशमान करून जनमानसावर त्याचा ठसा खोलवर उमटवितो. इतिहासकाराचा जो मूळ हेतू असतो, त्यास ही बाब साहाय्यकारीच ठरते;

पण जेव्हा इतिहासात नसलेली घटना साहित्यिक ऐतिहासिक सत्य म्हणून आपल्या साहित्यकृतीत देतो, अथवा जेव्हा एखाद्या ऐतिहासिक घटनेत आपल्या कल्पनेने बदल करून मूळ ऐतिहासिक सत्यास बाधा आणतो, तेव्हा मात्र इतिहासकार व साहित्यिक यांच्यामधील संघर्ष सुरू होतो.

साहित्यात इतिहासाच्या विकृतीकरणाचा दोष प्रामुख्याने तीन कारणांमुळे संभवतो. पहिले कारण साहित्यिकाचे ऐतिहासिक सत्याविषयीचे अज्ञान. दुसरे कारण म्हणजे साहित्यिकाला आपली साहित्यकृती अधिक नाट्यमय करण्याचा पडलेला मोह आणि तिसरे कारण म्हणजे साहित्यिकाची विशिष्ट अशा विचारप्रणालीशी अथवा पक्षाशी असणारी निष्ठा.

यापैकी पहिले कारण म्हणजे साहित्यिकाचे इतिहासविषयक अज्ञान अधिक अभ्यासाने दूर होऊ शकते; पण साहित्यिकाचा नाट्यमयतेचा मोह व त्याची एखाद्या विचारप्रणालीशी असणारी निष्ठा या दोन बाबी सहजासहजी दूर होणे कठीण काम असते!

वास्तविक, शिवचरित्रासारखा इतिहास इतक्या नाट्यमय घटनांनी बनलेला आहे की, साहित्यिकाला निराधार किंवा कल्पित नाट्यमय घटनांची निर्मिती करण्याची आवश्यकता भासू नये; पण भल्याभल्या साहित्यिकांना तसा मोह पडलेला आहे, हे एक 'साहित्यिक सत्य' होय.

उदाहरणच द्यायचे झाले तर मागच्या शतकातील मराठीतील रणजित देसाई या ज्येष्ठ आणि श्रेष्ठ साहित्यिकाचे देता येईल. त्यांची शिवचरित्रावरील 'श्रीमान योगी' ही कादंबरी मराठी साहित्यात बरीच लोकप्रिय आहे. या कादंबरीत शिवाजी महाराजांवर त्यांची पट्टराणी सोयराबाई हिने विषप्रयोग केला आणि त्यांची हत्या घडवून आणली, अशा प्रसंगाचे चित्रण केले आहे!

वास्तविक, सोयराबाईने असा विषप्रयोग केला हा प्रसंग इतिहासात सिद्ध झालेली घटना नाही. मग देसाई यांनी हा प्रसंग का बरे उभा केला असावा? याचे एकच कारण संभवते. ते म्हणजे शिवाजी महाराजांचा

नैसर्गिक मृत्यू झाला, असे दाखविण्यात नाट्य नाही. त्यांचा मृत्यू अशा प्रकारे कटकारस्थानाने झाला आणि तोही राजपरिवारातील अगदी जवळच्या व्यक्तीने केला, असे दाखविण्यात नाट्य आहे, अशी कल्पना लेखकाने केलेली आहे.

सोयराबाईने शिवाजी महाराजांवर विषप्रयोग केला, हे सिद्ध करणारा एकही अस्सल पुरावा उपलब्ध नसताना देसाई यांनी तिला गुन्हेगार ठरवून साहित्यात कायमचे बदनाम करून टाकले आहे. हा सोयराबाई या ऐतिहासिक व्यक्तीवर अन्याय नाही काय? पण याहीपेक्षा खुद्द शिवाजी महाराजांवरही अन्याय करणारी ही गोष्ट आहे; कारण सोयराबाईने विषप्रयोग केला, ही घटना आपण ऐतिहासिक सत्य म्हणून जर स्वीकारली, तर किती तरी गोष्टी आपणास अनुमान स्वरूपात स्वीकाराव्या लागतील.

त्यातील चटकन आपल्यासमोर जी अनुमाने उभी राहतात ती अशी आहेत : पहिले म्हणजे ज्या शिवाजी महाराजांनी तानाजी मालुसरे, प्रतापराव गुजर, हंबीरराव मोहिते यांसारख्या जिवाला जीव देणाऱ्या सहकाऱ्यांची निष्ठा व प्रेम संपादन केले होते, त्या महाराजांना आपल्या पट्टराणीची निष्ठा व प्रेम संपादन करण्यात मात्र अपयश आले होते. दुसरे अनुमान असे की, ज्या 'अखंड सावधान' असणाऱ्या शिवाजी महाराजांनी अफझलखान, शाहिस्तेखान, मिर्झा राजा जयसिंग आणि खुद्द औरंगजेब बादशहा यांच्या कटकारस्थानांना यशस्वी तोंड दिले व त्यांच्यावरच बाजी उलटवली, त्या महाराजांना मात्र आपल्याच कुटुंबातील एका व्यक्तीच्या, खुद्द आपल्या राणीच्या कारस्थानाला बळी पडावे लागले!

शिवाजी महाराजांचे एकूण चरित्र व त्यात व्यक्त झालेले त्यांचे व्यक्तिमत्त्व नजरेसमोर आणले तर ही अनुमाने विसंगत ठरतात. इतिहास आणि साहित्य यांमध्ये संघर्ष निर्माण होतो, तो नेमका याच ठिकाणी होय. साहित्यिकाने आपल्या कल्पनेचा पतंग कितीही उंच उडवावा; पण या पतंगाचा दोर ऐतिहासिक सत्याच्या भूमीशी जखडलेला असावा. नाहीतर दोर तुटलेला पतंग आकाशात भरकटत जाऊन शेवटी पतंग उडविणाऱ्याच्या पदरी दोष बांधून मोकळा होतो.

आता विशिष्ट विचारप्रणालीशी अथवा पक्षाशी निष्ठा ठेवून निर्माण

झालेल्या साहित्याची चर्चा करायची आहे. माझ्या हाताशी नुकताच प्रसिद्ध झालेला (मार्च २००२) डॉ. गो. रा. कुलकर्णी यांचा 'युगद्रष्टा छत्रपती शिवाजी' हा हिंदीतील प्रासादिक शैलीत लिहिलेला एक चरित्रग्रंथ आहे. हिंदी भाषेत त्यांनी शिवचरित्र प्रकाशित करावे, ही समस्त मराठी माणसांना सुखावणारी गोष्ट आहे. त्याबद्दल त्यांचे अभिनंदनच करायला पाहिजे.

डॉ. कुलकर्णी मूलतः साहित्यिक आहेत; पण ते केवळ गाढे साहित्यिकच आहेत असे नाही तर ते कट्टर हिंदुत्ववादी विचारवंत आहेत. त्यांचा ग्रंथ वाचल्यानंतर शिवाजी महाराजांची 'हिंदूंचे व हिंदूंच्यासाठी राज्य स्थापन करणारा हिंदू राजा' अशी प्रतिमा आपल्या नजरेसमोर उभी राहते. लेखकाचा उद्देश अशी प्रतिमा निर्माण व्हावी असाच आहे.

डॉ. कुलकर्णी यांचे शिवाजी महाराजांचे हे चित्रण खरे आहे काय? महाराज काय केवळ हिंदूंसाठी राज्य स्थापू पाहत होते काय? ते काय केवळ हिंदूंचे राजे बनू पाहत होते काय? ते केवळ हिंदूंचेच व हिंदू धर्माचेच रक्षक होते काय? या सर्व प्रश्नांची उत्तरे इतिहास नकारात्मक देतो.

हे खरे की, शिवाजी महाराजांनी अजगरासारख्या सुस्त पडलेल्या आणि स्वाभिमानशून्य झालेल्या हिंदू समाजाची अस्मिता फुलवून त्यास चैतन्यमयी व स्वाभिमानी बनवले. हे खरे की, त्यांना अशा जागृत समाजाकडून हिंदू धर्म व हिंदू संस्कृती यावर झालेले इस्लामी आक्रमण परतवून लावायचे होते; पण त्याबरोबर हेही खरे की, परकीय इस्लामी राज्यकर्त्यांच्या जोखडातून मातृभूमी स्वतंत्र केल्यानंतर निर्माण होणारे स्वराज्य हे या भूमीतील हिंदूंसहित सर्व जातिधर्मांच्या लोकांचे होणार होते; आणि तसे ते महाराष्ट्राच्या भूमीवर निर्माण झालेही. आणि म्हणूनच अनेक मुसलमान सैनिक व अधिकारी म्हणून महाराजांच्या लष्करात व नौदलात स्वराज्याची सेवा करताना दिसून येतात.

शिवाजी महाराजांनी निर्माण केलेल्या राज्याचे नाव 'हिंदवी स्वराज्य' असे होते. ते 'हिंदू स्वराज्य' नव्हते. हिंदवी याचा अर्थ हिंदुस्थानी. हिंदवी स्वराज्य म्हणजे हिंद भूमीवरील लोकांचे राज्य. भूमिपुत्रांचे राज्य. हिंदी (Indian) लोकांचे राज्य, असा व्यापक अर्थ या राज्याच्या स्थापनेमागे दडलेला आहे.

या पार्श्वभूमीवर शिवाजी महाराजांना केवळ हिंदूंचा राजा बनविणे म्हणजे त्यांच्या व्यक्तिमत्त्वाची उंची कमी केल्यासारखे होणार आहे. महाराज सर्व जातिधर्मांच्या लोकांचे राजे होते, हे ऐतिहासिक वास्तव त्यांना राष्ट्रपुरुष बनवते. आजच्या लोकशाहीच्या धर्मनिरपेक्ष युगात त्यांची ही प्रतिमा खात्रीनेच प्रेरणादायी ठरणार आहे.

विशिष्ट अशा विचारप्रणालीशी निष्ठा ठेवून केलेली साहित्यनिर्मिती अथवा प्रतिपक्षाची संस्कृती, धर्म इत्यादींना गौण लेखण्यासाठी केलेली साहित्यनिर्मिती म्हणजे एक प्रकारचे पूर्वग्रहदूषित साहित्य ठरते. या दृष्टिकोनातून इंग्रजांदी परकीय युरोपियनांनी तसेच मोगल अथवा विजापूर दरबारच्या तवारीखकारांनी केलेले शिवाजी महाराजांच्या कार्याचे वर्णन पूर्वग्रहदूषित झालेले आहे. एवढेच नव्हे महाराजांना शिवाचा अवतार मानून व त्यांना केवळ हिंदूंचा राजा मानून केलेले चित्रणही याच सदरात मोडते.

जाताजाता बखर-साहित्य व दंतकथा यांच्या संदर्भात लिहिणे गरजेचे आहे; कारण साहित्यिक आपल्या साहित्यकृतीसाठी या साधनसाहित्याचा मोठ्या प्रमाणावर वापर करत असतो. बखरी व दंतकथा अनेक नाट्यमय कथांनी खच्चून भरलेल्या असतात. स्वाभाविकच त्याकडे साहित्यिक नाट्यमयतेच्या मोहाने आकृष्ट होतो. तसे त्याने व्हावयालाही हरकत नाही; पण बखरी व दंतकथा यांचा आधार घेताना त्या मूळ ऐतिहासिक सत्याला पूरक होतील, बाधा आणणार नाहीत, याची त्याने खबरदारी घेतली पाहिजे.

उदाहरणच द्यायचे झाल्यास शिवचरित्रातील कल्याणच्या सुभेदाराच्या सुनेच्या कथेचे देता येईल. उत्तरकालीन अनेक बखरींतून ही कथा आलेली असली तरी शिवकालीन कागदपत्रांत या कथेस काही आधार नाही; पण शिवाजी महाराजांचा स्त्रीदाक्षिण्याचा गुण अधिक खुलविण्यासाठी ही कथा उपयोगी पडत असली तर तिचा साहित्यिकाने अवश्य वापर करावा; कारण असे करण्यामुळे महाराजांचे जे स्त्रीदाक्षिण्याचे ऐतिहासिक सत्य आहे, त्यास मुळीच बाधा येत नाही.

तथापि, बखरीतील सर्वच कथा ऐतिहासिक सत्याला पूरक असतात, असे नाही. त्यातील काही तर मारक ठरतात. उदाहरणार्थ, डॉ. कुलकर्णींनी उपरोक्त ग्रंथात रामदास-शिवाजी यांच्या गुरू-शिष्य संबंधांची चर्चा

करीत असताना अनेक ठिकाणी महाराजांच्या स्वराज्य स्थापनेच्या कार्यात अगदी आरंभापासून समर्थ रामदास स्वामींचे कसे मार्गदर्शन व साहाय्य झाले, हे सिद्ध करण्यासाठी हनुमंत स्वामीच्या बखरीचा पुरेपूर फायदा उठविला आहे.

ही बखर महाराजांनंतर १४० वर्षांनी रामदास स्वामींच्या वंशजांनी ऐकीव कथांवर रचली आहे. तिच्यात काल्पनिक व अद्भुतरम्य कथांची रेलचेल आहे. अशाच एका कथेत रामदास स्वामींची शिवाजी महाराजांशी सन १६४९ साली पहिली भेट झाल्याचे सांगितले आहे. डॉ. कुलकर्णी यांनी हे साल एक ऐतिहासिक सत्य म्हणून ग्राह्य धरले आहे. त्यामुळे रामदास स्वामी शिवाजी महाराजांच्या कार्यात आरंभापासून सहभागी होते, हे त्यांना सहजासहजी दाखवून देता येते.

रामदास-शिवाजी यांच्या भेटीबद्दल डॉ. कुलकर्णी लिहितात, ''शिवाजी ने १६४९ में चाफल के पास उनसे (स्वामीजी) भेट ली । स्वामीजी ने उसे अनुग्रह दिया और उसके कार्य के लिए प्रोत्साहन । स्वामीजी के उपदेशों से शिवाजी का मनोबल बढा ।''

पुढे एका ठिकाणी याच भेटीबद्दल भाष्य करताना डॉ. कुलकर्णी म्हणतात, ''उसी काल में हिंदू जागरण करनेवाले महान तपस्वी समर्थ रामदास स्वामी के दर्शन शिवाजी ने लिए! उन्हे अपना गुरु माना! स्वामीजी की प्रेरणा शिवाजी को जीवन-पर्यंत मिली! स्वामीजी के कारण उसकी हिंदवी स्वराज्य की जीवनाकांक्षा को बल मिला!''

वरील विधानांचा बारकाईने विचार करता, रामदास स्वामी शिवाजी महाराजांचे राजकीय गुरू होते. स्वराज्यस्थापनेची प्रेरणा व मनोबल त्यांनी महाराजांस दिले, हा महाराष्ट्रातील हिंदुत्ववादी इतिहासकारांचा व साहित्यकारांचा वर्णश्रेष्ठत्व प्रतिपादन करणारा आवडता सिद्धान्तच डॉ. कुलकर्णींनी सादर केला आहे, हे स्पष्ट होते.

आता ऐतिहासिक सत्य काय आहे? ते उपरोक्त हिंदुत्ववाद्यांच्या दुष्टीने फारच क्लेशदायक आहे! खुद्द रामदास स्वामींच्या केशव गोसावी नामक एका शिष्याने दिवाकर गोसावी नामक दुसऱ्या एका शिष्यास दिनांक ४ एप्रिल, १६७२ रोजी लिहिलेल्या एका पत्रात म्हटलेले आहे, ''आपण पत्र पाठविले ते पावले. मजकूर समजला. राजेश्री शिवाजी राजे भोसले हे समर्थांचे (रामदास स्वामींच्या) भेटीस येणार म्हणोन लिहिले

ते समजले... राजे यांची पहिलीच भेट आहे...''

याचा अर्थ स्पष्ट आहे, की रामदास-शिवाजी पहिली भेट १६७२ साली, म्हणजे स्वराज्य स्थापनेनंतर कित्येक वर्षांनी झाली. डॉ. कुलकर्णी या ऐतिहासिक सत्याचा निर्देशही करीत नाहीत, हे अगदी स्वाभाविक आहे; कारण तसे करणे त्यांना अडचणीचे ठरले असते. उपरोक्त अस्सल पुरावा रामदास संप्रदायाच्या अस्सल कागदपत्रांतील आहे. खुद्द रामदास स्वामींच्याच एका शिष्याने दिलेल्या या साक्षीने हिंदुत्ववाद्यांनी उभा केलेला स्वराज्य स्थापनेतील स्वामींच्या तथाकथित योगदानाचा डोलारा एखादा पत्त्यांचा बंगला कोसळावा तसा कोसळून जातो!

आपल्या ग्रंथाच्या भूमिकेत डॉ. कुलकर्णी यांनी म्हटले आहे, ''मैंने ऐतिहासिक खोजों की जटिलतासे बचकर और किस्सागोई से हटकर छत्रपती शिवाजी महाराज का एक सरल सीधा चरित्र प्रस्तुत करने का यह यथामति और विनम्र प्रयास किया है ।'' उपरोक्त चर्चेवरून स्पष्ट होईल, की रामदास-शिवाजी भेटीच्या संदर्भात ऐतिहासिक संशोधनाच्या जटिलतेपासूनच नव्हे तर ऐतिहासिक संशोधनापासून त्यांनी फारकत घेऊन केवळ 'किस्सागोई'वर आधारित असे विवेचन केले आहे!

शिवाजी महाराजांच्या स्वराज्यस्थापनेची महती जाणणारा आणि तत्कालीन राजकीय-सामाजिक परिस्थितीची उत्तम जाण असणारा एक महान पारमार्थिक संत म्हणून रामदास स्वामींचे इतिहासातील स्थान अनन्यसाधारण आहे. ते कुणीही नाकारू शकणार नाही; पण स्वामींना स्वराज्याच्या प्रेरणास्थानी ठेवण्याचा खटाटोप इतिहासाला धरून होत नाही.

मला आठवते की, सुमारे पस्तीस वर्षांपूर्वी मुंबईमधील एका व्याख्यानात मराठा इतिहासाचे एक ज्येष्ठ संशोधक, भाष्यकार आणि एक नामवंत साहित्यिक प्रा. न. र. फाटक म्हणाले होते, ''इतिहासाला चार मुख्य शत्रू असतात. ते म्हणजे नाटककार, कादंबरीकार, सिनेमावाले व राजकारणी लोक.'' त्यावेळी टी. व्ही.चे आगमन झालेले नव्हते. नाही तर प्रा. फाटकांनी त्यासही पाचवा शत्रू केले असते! या त्यांच्या विधानात थोडी अतिशयोक्ती असली तरी त्यात थोडाबहुत तथ्यांश जरूर आहे. तथापि, या तथाकथित 'शत्रूं'नी इतिहासातील सत्याशी निष्ठा ठेवून आपापल्या कलाकृती निर्माण केल्या तर ते निश्चितच

इतिहासाचे मित्र बनतील. तसे ते मित्र बनावेत अशीच इतिहासकारांची अंतरीची इच्छा असते;

कारण इतिहासाची कीर्ती हीच मंडळी समाजासमोर मांडतात. इतिहासकारांचे इतिहास किती लोक वाचतात? त्यांच्यापेक्षा कादंबरीकारांच्या कादंबऱ्या अधिक लोक वाचतात. त्याहून अधिक लोक नाटककारांची नाटके बघतात, त्याहून अधिक लोक सिनेमावाल्यांचे सिनेमे पाहतात; आणि आता तर लक्षावधी लोक एकाच वेळी टी. व्ही. पडद्यावरील मालिका पाहत असतात. गमतीची गोष्ट अशी की सर्वसामान्य माणसे कादंबरी, नाटक, सिनेमा, टी. व्ही. यामध्ये दाखविलेला इतिहासच खरा इतिहास मानतात! ही गोष्ट चुकीची असली तरी ती वस्तुस्थिती आहे.

या पार्श्वभूमीवर कादंबरीकारापासून टी. व्ही. मालिकेच्या निर्मात्यापर्यंतच्या लोकांवर एक फार मोठी जबाबदारी येऊन पडते. त्यांनी आपल्या कलाकृतींची निर्मिती करीत असता इतिहासाशी प्रामाणिक राहण्याचा गंभीर प्रयत्न केला, तर समाजास इतिहासाचे वास्तव दर्शन घडेल आणि ती त्यांची एक मोठी सामाजिक व सांस्कृतिक कामगिरी मानली जाईल.

(संक्षिप्त)

संदर्भग्रंथ सूची

१. आज्ञापत्र - संपा. डॉ. रा. चिं. ढेरे आणि प्र. पं. जोशी, पुणे, १९६१

२. ऐतिहासिक मौलिक संशोधने - मु. गो. गुळवणी, पुणे, १९९२

३. औरंगजेबाच्या दरबारचे अखबार (ऐतिहासिक फारसी साहित्य, खं. ६) - संपा. ग. ह. खरे व गो. त्र्यं. कुलकर्णी, पुणे १९७३

४. गावगाडा (तृतीयावृत्ती) - त्रिं. ना. आत्रे, मुंबई १९५९

५. चिटणीसविरचित शककर्ते श्री शिवछत्रपती महाराज यांचे सप्तप्रकरणात्मक चरित्र, संपा. र. वि. हेरवाडकर, पुणे, १९६७

६. छत्रपती शिवाजी महाराज - वा. सी. बेंद्रे, पुणे, १९६०

७. धर्मनिरपेक्षता आणि राष्ट्रीय एकात्मता - जी. एस. सूर्यवंशी, कोल्हापूर, १९८९

८. परमानंदकाव्यम् - संपा. गो. स. सरदेसाई, बडोदा, १९५२

९. पर्णाल पर्वत ग्रहणाख्यानम् - संपा. स. म. दिवेकर, पुणे, १९२३

१०. बावडा दप्तर : खं. १ व २ - संपा. के. गो. सबनीस, कोल्हापूर, १९३७

११. मध्ययुगीन भारत - भाग दुसरा, चिं. वि. वैद्य, पुणे, १९२३

१२. मराठ्यांचे स्वातंत्र्यसमर (पूर्वार्ध) : छत्रपती संभाजी - श. श्री. पुराणिक, पुणे, १९८१

१३. मराठ्यांच्या इतिहासाची साधने - संपा. वि. का. राजवाडे

१४. मराठ्यांचे स्वातंत्र्ययुद्ध - (खाफीखानाचा साधनग्रंथ) - संपा. सेतुमाधवराव पगडी, पुणे, १९६२

१५. मराठी रियासत : खं. १ : शहाजीराजे भोसले, शककर्ता शिवाजी - (नवी संपादित आवृत्ती) - गो. स. सरदेसाई, मुंबई, १९८८

१६. मराठे व औरंगजेब - (साकी मुस्तैदखानकृत मासिरे आलमगिरीचा मराठी अनुवाद) - संपा. सेतुमाधवराव पगडी, मुंबई, १९६३

१७. महाराणी ताराबाई - जयसिंगराव पवार, कोल्हापूर, १९७५

१८. मालोजी राजे व शहाजी महाराज - वा. सी. बेंद्रे, पुणे, १९६७

१९. मोगल आणि मराठे - (भीमसेन सक्सेनाकृत तारीख दिलकुशाचा मराठी अनुवाद - संपा. सेतुमाधवराव पगडी, पुणे, १९६३

२०. मोगल दरबारची बातमीपत्रे : (स. १६८५- १७००) - संपा. सेतुमाधवराव पगडी, पुणे, १९६४

२१. मोल्सवर्थकृत मराठी-इंग्रजी शब्दकोश - संपा. डॉ. कालेलकर, पुणे, १९७५

२२. राधामाधवविलासचंपू (जयराम पिंड्येकृत) - संपा. वि. का. राजवाडे, दुसरी आवृत्ती, पुणे, १९८९

२३. विजापूरची आदिलशाही, (बुसातिन - उस - सलातीन) - संपा. वा. सी. बेंद्रे, मुंबई, १९६८

२४. शककर्ते शिवराय, खं. १ आणि २, (दुसरी आवृत्ती) विजय देशमुख, नागपूर, १९८४

२५. शिखर शिंगणापूरचा श्री शंभुमहादेव - डॉ. रा. चिं. ढेरे, पुणे, २००१

२६. शिवचरित्र - साहित्य : भारत इतिहास संशोधक मंडळ, पुणे

२७. शिवपुत्र संभाजी - कमल गोखले, पुणे, १९७१

२८. शिवाजी - निबंधावली, भा. १ - शिवचरित्र कार्यालय, पुणे, १९३०

२९. श्री छत्रपती राजाराम महाराज आणि नेतृत्वहीन हिंदवी स्वराज्याचा मोगलांशी झगडा, वा. सी. बेंद्रे, मुंबई, १९७५

३०. शिवकालीन - पत्रसार - संग्रह : खं. १ व २ -संपा. न. चिं. केळकर व द. वि. आपटे, पुणे, १९३०

३१. शिवकालीन महाराष्ट्र - अ. रा. कुलकर्णी, कोल्हापूर, १९७८

३२. शिवचरित्र प्रदीप - संपा. द. वि. आपटे व स. म. दिवेकर, पुणे, शके १८४७

३३. श्री शिवछत्रपती - (संकल्पित शिवचरित्राची प्रस्तावना, आराखडा व साधने) : त्र्यं. शं. शेजवलकर, मुंबई, १९६४

३४. श्री शिवछत्रपतींची ९१ कलमी बखर - संपा. वि. स. वाकसकर, पुणे, १९६२

३५. सनदापत्रातील माहिती - संपा. पु. वि. मावजी व द. ब. पारसनीस, पुणे, १९१३

३६. सभासदविरचित छत्रपती श्री शिवाजीराजे यांची बखर - संपा. शं. ना. जोशी, पुणे, १९६०

ENGLISH BOOKS

1. English Records on Shivaji; Vol. I & II - Ed. - Shiva Charitra Karyalaya, Poona, 1931

2. Shivaji and His Times - Jadunath Sarkar, 6th Ed., Calcutta, 1961

3. Shivaji's Visit to Agra - Rajastani Records, Ed. Jadunath Sarkar & Raghubir Singh, Calcutta, 1963

4. Shivaji the Great, Vol. 1, Part I & II - Dr. Balkrishna, 1932

5. The Mughal Maratha Relations : Twenty Five Fateful Years (1682-1707) - G.T. Kulkarni, Pune, 1983

शिवाजी महाराजांच्या जीवनातील वादस्थळांचा
घेतलेला साधार परामर्श

॥शिवछत्रपती॥
एक मागोवा

डॉ. जयसिंगराव भाऊसाहेब पवार

राणी सोयराबाईंनी शिवछत्रपतींवर
विषप्रयोग केल्याचा आरोप खरा आहे काय?...
शिवछत्रपतींना उपस्त्रिया होत्या काय?....
संभाजीराजे शिवछत्रपतींना रुसून दिलेरखानास
का मिळाले?..
वलने खालसाचा शिवछत्रपतींचा निर्णय म्हणजे
एक आमूलाग्र समाजक्रांतीच कशी होती?......
शिवछत्रपतींचे कूळ 'गवळी-धनगर' होते काय?...
'जेम्स लेन प्रकरण' काय आहे?....
या व यासारख्या अनेक प्रश्नांची चर्चा ज्येष्ठ
इतिहास संशोधक डॉ. जयसिंगराव पवार
आपल्या या लेख-संग्रहात करत आहेत.

प्रथमच प्रकाशझोतात आलेल्या मराठेशाहीतील काही
अज्ञात घटना व व्यक्ती

मराठेशाहीचे अंतरंग

डॉ. जयसिंगराव भाऊसाहेब पवार

या ग्रंथात-

संभाजी राजांना मोगलांनी कैद केल्यावर त्यांना सोडविण्यासाठीचे काही प्रयत्न झाले की नाही? झाले असल्यास ते कोणते?

छ. राजाराम महाराजांची पहिली राणी- प्रतापराव गुजरांची कन्या, ही लग्नानंतर लवकरच मरण पावली, असे इतिहासकार मानत आले. प्रत्यक्षात ती सन १७१९ पर्यंत जिवंत होती, मग ती होती कोठे?

गिरजोजी यादवासारखा एक देशमुख- वतनासाठी काय काय करत होता? वतनासाठी वतनदार काय काय खटपटी लटपटी करत?

खेडच्या लढाईत सेनापती धनाजी जाधव ताराबाईचा पक्ष सोडून शाहू महाराजांना का जाऊन मिळाला?

सन १७१४ मध्ये पन्हाळगडावर महाराणी ताराबाई व त्यांचे पुत्र शिवाजीराजे यांच्या राजवटीचा अंत घडवून आणणारी 'राजवाड्यातील क्रांती' कोणी घडवून आणली?

पुण्याच्या पेशव्यांशी प्रसंगी मुत्सद्देगिरीने वागून, संघर्ष करून, कोल्हापूरकर राणी जिजाबाई यांनी आपल्या राज्याचे रक्षण कसे केले?

माणुसकीला काळिमा फासणारी मराठेशाहीतील स्त्रीगुलामांची खरेदी-विक्री कशी होत असे?

मराठेशाहीतील छत्रपती, शिवरायांचे वंशज यांची सत्ता का लयाला गेली?

यांसारख्या मराठेशाहीच्या अंतरंगातील अनेक प्रश्नांचा शोध घेत आहेत प्रसिद्ध इतिहास संशोधक डॉ. जयसिंगराव पवार.